# FRÁ MYRKI TIL YFIRRÆÐIS: 40 dagar til að losna úr földum klóm myrkursins

## Alþjóðleg hugvekja um meðvitund, frelsun og kraft

Fyrir einstaklinga, fjölskyldur og þjóðir sem eru tilbúnar að vera frjálsar

Eftir

Zacharias Godseagle; Ambassador Monday O. Ogbe and Comfort Ladi Ogbe

I0341605

# Efnisyfirlit

Um bókina – FRÁ MYRKI TIL YFIRRÆÐIS ..................................1
Texti á bakhlið ..................................................................3
Kynning í einni málsgrein (fréttatilkynning/tölvupóstur/auglýsing).....4
Vígsla ..............................................................................6
Þakkir ..............................................................................7
Til lesandans ....................................................................8
Hvernig á að nota þessa bók .............................................10
Formáli ..........................................................................12
Formáli ..........................................................................14
Inngangur ......................................................................15
1. KAFLI: UPPRUNI DYRKA RÍKISINS ..............................18
KAFLI 2: HVERNIG MYRKRI RÍKIÐ STARFSAR Í DAG ........21
KAFLI 3: AÐGANGSSTAÐIR – HVERNIG FÓLK VERÐUR HEILT ..........................................................................24
KAFLI 4: BIRTINGAR – FRÁ ÁTÖKU TIL ÁHRIFAR ............26
KAFLI 5: MÁTTUR ORÐSINS – EFTIRLIT TRÚENDA ..........28
DAGUR 1: BLÓÐLÍNUR OG HLIÐ — AÐ BRJÓTA FJÖLSKYLDUKEÐJUR ...................................................31
DAGUR 2: DRAUMAINNRÁSIR — ÞEGAR NÓTTIN VERÐUR AÐ VÍGVÖLLUM ..............................................34
DAGUR 3: ANDLEGIR MAKA — ÓHEILÖG SAMBAND SEM BINDA ÖRLÖGIN ....................................................37
DAGUR 4: BÖLGUÐIR HLUTAR – HURÐIR SEM SAURGAN ...40
DAGUR 5: HEILLAÐUR OG BLEKKTUR — AÐ SLOSAST FRÁ SPÁKARANDANUM ................................................43
DAGUR 6: AUGNHLÍÐIN – AÐ LOKA MYRKURHLIÐIN ........46
DAGUR 7: KRAFTURINN Á BAK VIÐ NÖFN — AÐ AFNEITA ÓHEILÖGUM SJÁLFSMYNDUM ......................................49
DAGUR 8: AÐ AFHJÁLA FALSLJÓS — NÝJA ÖLDARGILDRUR OG ENGLABLEIKIR ..........................................................52
DAGUR 9: BLÓÐALTARIÐ — SÁTTAR SEM KREFJA LÍFS ......55
DAGUR 10: ÓFRJÓSTUR OG SVIÐUR — ÞEGAR MÓÐURINN VERÐUR AÐ VÍGVÖLLUM .................................58

DAGUR 11: SJÁLFSÓNÆMISRÖKANIR OG LANGVÖRN ÞREYTA — ÓSÝNILEGA STRÍÐIÐ INNRA .......... 61

DAGUR 12: FLOFAGEISLA OG ANDLEGAR KVÆLINGAR — ÞEGAR HUGINN VERÐUR AÐ BARÁTTASVÆÐI .......... 64

DAGUR 13: ANDINN AF ÓTTA — AÐ BRJÓTA BÚR ÓSÝNILEGRAR KVÍNARS .......... 67

DAGUR 14: SATANÍSK MERKI — AÐ AFÞRÝMA ÓHEILAGA MERKIÐ .......... 70

DAGUR 15: SPEGLARÍKIÐ — AÐ FLÓTTA ÚR FANGELSI HUGLEIKA .......... 73

DAGUR 16: AÐ BRJÓTA BÖN ORÐABÖLVA — AÐ ENDURKREFA NAFN ÞITT, FRAMTÍÐ ÞÍNA .......... 76

DAGUR 17: LOSN FRÁ STJÓRN OG MEÐFERÐ .......... 79

DAGUR 18: AÐ BRJÓTA MÁTTI ÓFYRIRGEFNINGAR OG BEISKU .......... 82

DAGUR 19: AÐ GRÆÐA AF SKÖMM OG FORDÆMINGU .......... 85

DAGUR 20: HEIMILISGALDRAR — ÞEGAR MYRKURINN BÝR UNDIR SAMA ÞAKI .......... 88

DAGUR 21: JESEBELSANDIÐ — TELLING, STJÓRN OG TRÚARLEG MEÐFERÐ .......... 91

DAGUR 22: PÍTONAR OG BÆNIR — AÐ BRJÓTA ANDANN UM ÞRÖNGUN .......... 95

DAGUR 23: RÉTTLÆTI RÉTTLÆTISINS — AÐ RÍFA NIÐUR VIRGI LANDSVÆÐIS .......... 98

DAGUR 24: SÁLARBROT — ÞEGAR HLUTAR AF ÞÉR VANTA .......... 101

DAGUR 25: BÖLVUN ÓKUNDLEGRA BARNA — ÞEGAR ÖRLÖG SKIPTA VIÐ FÆÐINGU .......... 104

DAGUR 26: FALIN ALTAR VALDAR — AÐ SLOSAST FRÁ ELITA-DULKÚLTÍSKUM SÁTTALUM .......... 107

DAGUR 27: ÓHEILÖG BANDÖG — FRÍMÚRARAREGÐIN, ILLUMINATI OG ANDLEG ÍSÍRUNG .......... 110

DAGUR 28: KABBALAH, ORKUNET OG FRÁBÆRNI DULSMÆSS „LJÓSS" .......... 113

DAGUR 29: SLÆRA ILLUMINATI — AÐ AFHJÚPA GRÍMU ELITA DULEFNARNETKERFA ..................116
DAGUR 30: LEYNDARMÁLARSKÓLARNIR — FORN LEYNDARMÁL, NÚTÍMAÁNDRÆÐI ..................119
DAGUR 31: KABBALAH, HEILÖG RÚMFRÆÐI OG ELÍTULJÓSBLEKKING ..................122
DAGUR 3 2: ANDINN INNRA OG HÁRGORMANNS — ÞEGAR BJARGLEIÐSLA KEMUR OF SEINT ..................126
DAGUR 33: ANDINN INNRA OG HÁRGORMANNS — ÞEGAR BJARGLEIÐSLA KEMUR OF SEINT ..................130
DAGUR 34: MÚRARARAR, LÖG OG BÖLGUN — Þegar bræðralag verður að fjötrum ..................134
DAGUR 35: NORNIR Í KRÓKABEKJUNUM — ÞEGAR ILLSKAN KEMUR INN UM KIRKJUDYRIN ..................138
DAGUR 36: DULDÐIR GALDRAR — ÞEGAR LÖG, TÍSKA OG KVIKMYNDIR VERÐA AÐ GÁTTARHLIÐUM ..................142
DAGUR 37: ÓSÝNILEGU VALDARSALTARI — FRÍMÚRARARAR, KABBALA OG DULMÁLARÆÐI ELITA ..................146
DAGUR 38: MÓÐURSÁTTAR OG VATNSRÍKI — ÞEGAR ÖRLÖGIN ER ÓREIN FYRIR FÆÐINGU ..................150
DAGUR 39: SKÍRÐ Í VATNI Í FJÁRMÁL — HVERNIG UNGBÖRN, UPPHAFSSTAFIR OG ÓSÝNIR SÁTTAR OPNA HURÐIR ..................154
DAGUR 40: FRÁ BJÖRGUN TIL BJÖRGUNAR — ÞINN VERKUR ER ÞÍN ÁKVÖRÐUN ..................158
360° DAGLEG YFIRLÝSING UM BJARLSUN OG YFIRLÝSINGU – 1. hluti ..................161
360° DAGLEG YFIRLÝSING UM BJARLSUN OG YFIRLÝSINGU – 2. hluti ..................163
360° DAGLEG YFIRLÝSING UM BJARLSUN OG YFIRLÝSINGU - 3. hluti ..................167
NIÐURSTAÐA: FRÁ LIFU TIL SONARHLUTS — AÐ VERA FRJÁLS, LIFA FRJÁLS, LÉTTA AÐRA FRJÁLS ..................171
Hvernig á að fæðast á ný og hefja nýtt líf með Kristi ..................174
Mín hjálpræðisstund ..................176

Skírteini um nýtt líf í Kristi .......................................................................... 177
TENGIST VIÐ GUÐS EAGLE ÞJÓNUSTUR ................................... 178
MÆLTAR BÆKUR OG EFNI ............................................................... 180
VIÐAUKI 1: Bæn til að greina falda galdra, dulrænar iðkanir eða undarleg altari í kirkjunni ............................................................................................ 194
VIÐAUKI 2: Samskiptareglur um afneitun og hreinsun fjölmiðla ......... 195
VIÐAUKI 3: Frímúrarareglan, Kabbalah, Kundalini, Galdrar, Dulspekileg afneitunarrit ............................................................................................ 196
VIÐAUKI 4: Leiðbeiningar um virkjun smurningarolíu ...................... 197
VIÐAUKI 6: Myndbandsefni með vitnisburðum fyrir andlegan vöxt ... 198
LOKAVIÐVÖRUN: Þú getur ekki leikið þér með þetta ....................... 199

# Höfundarréttarsíða

FRÁ MYRKI TIL YFIRRÆÐIS: 40 dagar til að losna úr földum greipum myrkursins – Alþjóðleg hugvekja um meðvitund, frelsun og kraft

eftir Zacharias Godseagle, Comfort Ladi Ogbe & Ambassador Mánudagur O. Ogbe

Höfundarréttur © 2025 eftir **Zacharias Godseagle og God's Eagle Ministries** – GEM.

Allur réttur áskilinn.

Ekki má afrita neinn hluta þessarar útgáfu, geyma í gagnasafni eða miðla á nokkurn hátt — rafrænt, vélrænt, ljósritað, hljóðritað, skannað eða á annan hátt — án skriflegs leyfis útgefenda, nema um sé að ræða stuttar tilvitnanir í gagnrýnum greinum eða umsögnum.

Þessi bók er bæði fræðirit og hugvekjusaga. Sum nöfn og persónugreinanlegar upplýsingar hafa verið breyttar til að tryggja persónuvernd þar sem þörf krefur.

**Tilvitnanir í ritningarnar** eru teknar úr:

- *Nýja lifandi þýðingin (NLT)*, © 1996, 2004, 2015 eftir Tyndale House Foundation. Notað með leyfi. Allur réttur áskilinn.

Kápuhönnun eftir GEM TEAM
Innrétting eftir GEM TEAM
Gefið út af:
**Zacharias Godseagle & God's Eagle Ministries – GEM**
www.otakada.org [1] | ambassador@otakada.org
Fyrsta útgáfa, 2025.
Prentað í Bandaríkjunum.

---

1. http://www.otakada.org

# Um bókina – FRÁ MYRKI TIL YFIRRÆÐIS

FRÁ MYRKI TIL YFIRRÆÐIS: 40 dagar til að losna úr földum klóm myrkursins - *Alþjóðleg hugvekja um meðvitund, frelsun og kraft - Fyrir einstaklinga, fjölskyldur og þjóðir sem eru tilbúnar að vera frjálsar* er ekki bara hugvekja — þetta er 40 daga alþjóðleg lausnarfundur fyrir **forseta, forsætisráðherra, presta, kirkjustarfsmenn, forstjóra, foreldra, unglinga og alla trúaða** sem neita að lifa í hljóðum ósigri.

Þessi öfluga 40 daga hugvekja fjallar um *andlegan hernað, frelsun frá ölturum forfeðranna, að slíta sálartengsl, afhjúpun dulspeki og alþjóðlegar vitnisburði fyrrverandi nornanna, fyrrverandi satanista* og þeirra sem hafa sigrast á öflum myrkursins.

Hvort sem þú ert **að leiða land** , **vera kirkjuprestur** , **reka fyrirtæki** eða **berjast fyrir fjölskyldu þína í bænahólfinu** , þá mun þessi bók afhjúpa það sem hefur verið falið, horfast í augu við það sem hefur verið hunsað og styrkja þig til að brjótast út.

**40 daga alþjóðleg hugvekja um meðvitund, frelsun og kraft**

Inni á þessum síðum munt þú takast á við:

- Ættlínubölvanir og forfeðrasáttmálar
- Andamakar, sjávarandar og geðræn meðferð
- Frímúrarareglan, Kabbalah, kundalini-vakningar og galdraaltari
- Vígsla barna, vígsla fyrir fæðingu og djöflaburðarmenn
- Fjölmiðlaíferð, kynferðislegt áfall og sundrun sálarinnar
- Leynifélög, djöfulleg gervigreind og falskar endurvakningarhreyfingar

Hver dagur inniheldur:

- *Raunverulega sögu eða alþjóðlegt mynstur*
- *Innsýn byggða á Ritningunni*
- *Hóp- og persónulegar notkunar*
- *Bæn um frelsun + hugleiðingardagbók*

Þessi bók er fyrir þig ef þú ert:

- Forseti **eða stjórnmálamaður** sem leitar andlegrar skýrleika og verndar fyrir þjóð sína
- Prestur , **fyrirbænari eða kirkjustarfsmaður** sem berst gegn ósýnilegum öflum sem standa gegn vexti og hreinleika
- Forstjóri **eða viðskiptaleiðtogi** stendur frammi fyrir óútskýranlegum hernaði og skemmdarverkum
- Unglingur **eða nemandi** sem þjáist af draumum, kvölum eða undarlegum atburðum
- Foreldri **eða umönnunaraðili** tekur eftir andlegum mynstrum í ættlínu þinni
- Kristinn **leiðtogi** þreyttur á endalausum bænahringrásum án árangurs
- Eða einfaldlega **trúaður tilbúinn að fara frá því að lifa af til sigursæls yfirráða**

## Af hverju þessi bók?

Því á tímum þegar myrkrið hylur grímu ljóssins **er frelsun ekki lengur valkvæð** .

Og **valdið tilheyrir þeim sem eru upplýstir, búnir og gefnir upp** .

Eftir Zacharias Godseagle , sendiherra Monday O. Ogbe og Comfort Ladi Ogbe , þetta er meira en bara kennsla – þetta er **alþjóðleg vekjaraklukka** fyrir kirkjuna, fjölskylduna og þjóðirnar að rísa upp og berjast á móti – ekki í ótta, heldur í **visku og valdi** .

Þú getur ekki lært það sem þú hefur ekki afhent. Og þú getur ekki gengið í ríki fyrr en þú losnar úr klóm myrkursins.

Brjóttu vítahringina. Horfðu frammi fyrir hinu falda. Taktu örlög þín til baka — einn dag í einu.

# Texti á bakhlið

**F**RÁ MYRKI TIL YFIRRÆÐIS
  40 dagar til að losna úr huldu taki myrkursins
*Alþjóðleg hugvekja um meðvitund, frelsun og kraft*

Ert þú **forseti** , **prestur** , **foreldri** eða **biðjandi trúaður** — örvæntingarfullur eftir varanlegu frelsi og bylting?

Þetta er ekki bara hugvekja. Þetta er 40 daga hnattræn ferð um ósýnilega vígvelli **forfeðrasamninga, dulrænna fjötra, sjávaranda, sundrun sálna, fjölmiðlaárása og fleira** . Hver dagur afhjúpar raunverulegar vitnisburði, alþjóðlegar birtingarmyndir og hagnýtar lausnaraðferðir.

Þú munt uppgötva:

- Hvernig andleg hlið opnast – og hvernig á að loka þeim
- Falnar rætur endurtekinna tafa, kvala og fjötra
- Öflugar daglegar bænir, hugleiðingar og hópforrit
- Hvernig á að ná **yfirráðum** , ekki bara frelsun

Frá **galdraölturum** í Afríku til **nýaldar-blekkinga** í Norður-Ameríku ... frá **leynifélögum** í Evrópu til **blóðsáttmála** í Rómönsku Ameríku — **þessi bók afhjúpar allt saman** .

**FRÁ MYRKI TIL YFIRRÆÐIS** er vegvísir þinn að frelsi, skrifaður fyrir **presta, leiðtoga, fjölskyldur, unglinga, fagfólk, forstjóra** og alla sem eru þreyttir á að ganga í gegnum stríð án sigurs.

„Þú getur ekki lært það sem þú hefur ekki afhent. Og þú getur ekki gengið í yfirráðum fyrr en þú losnar úr klóm myrkursins."

# Kynning í einni málsgrein (fréttatilkynning/tölvupóstur/auglýsing)

FRÁ MYRKI TIL YFIRLÆGÐAR: 40 dagar til að brjótast út úr huldu taki myrkursins er alþjóðleg hugvekja sem afhjúpar hvernig óvinurinn smýgur inn í líf, fjölskyldur og þjóðir í gegnum altari, ætterni, leynifélög, dulspekilegar helgisiði og daglegar málamiðlanir. Með sögum frá öllum heimsálfum og bardagareyndum björgunaraðferðum er þessi bók fyrir forseta og presta, forstjóra og unglinga, heimilishaldara og andlega stríðsmenn - alla sem þrá varanlegt frelsi. Hún er ekki bara til lestrar - hún er til að brjóta fjötra.

**Ráðlagðar merkingar**

- frelsunarandakt
- andleg stríðsrekstur
- vitnisburðir úr dulrænum heimi
- bæn og fasta
- að brjóta kynslóðabölvanir
- frelsi frá myrkrinu
- andlegt vald kristins
- sjávarandar
- kundalini-blekking
- leynifélög afhjúpuð
- 40 daga afhending

**# Myllumerki fyrir herferðir**
#MyrkurTilYfirráða
#FrelsunAndakt
#BrjóttuKeðjurnar
#FrelsiFyrirKrist

#AlþjóðlegVaknun
#FalinBardagarAfhjúpaðir
#BiðjiðTilAðBrjótastFrelsis
#AndlegStríðsbók
#FráMyrkriTilLjóss
#YfirvaldRíkisins
#EnginFlækjareiðMeira
#VitnisburðirFyrriDulræningja
#KundaliniViðvörun
#MarineSpiritsAfhjúpað
#40DagarFrelsis

# Vígsla

Til hans sem kallaði okkur út úr myrkrinu til síns undursamlega ljóss — **Jesú Krists**, frelsara okkar, ljósbera og konungs dýrðarinnar.

Til hverrar sálar sem hrópar í þögn — föst í ósýnilegum fjötrum, ásótt af draumum, kvalin af röddum og berst við myrkur á stöðum þar sem enginn sér — þessi ferð er fyrir þig.

Til **prestanna**, **fyrirbænendanna** og **varðmannanna á múrnum**,

til **mæðranna** sem biðja alla nóttina og **feðranna** sem neita að gefast upp,

til **unga drengsins** sem sér of mikið og **litlu stúlkunnar sem** er of snemma merkt af illu,

til **forstjóranna**, **forsetanna** og **ákvarðanatökumannanna** sem bera ósýnilegar byrðar á bak við opinbert vald,

til **kirkjustarfsmannsins sem** glímir við leyndar fjötra og **andlegs stríðsmannsins** sem þorir að berjast á móti —

**Þetta er kall ykkar til að rísa upp.**

Og til þeirra hugrökku sem deildu sögum sínum — takk fyrir. Örin ykkar frelsa nú aðra.

Megi þessi hugvekja lýsa upp braut gegnum skuggana og leiða marga til yfirráða, lækninga og heilags elds.

Þú ert ekki gleymdur. Þú ert ekki máttlaus. Þú fæddist til frelsis.

— *Zacharias Godseagle*, sendiherra *Monday O. Ogbe & Comfort Ladi Ogbe*

# Þakkir

Fyrst og fremst viðurkennum við **Guð almáttugan — föður, son og heilagan anda**, höfund ljóss og sannleika, sem opnaði augu okkar fyrir ósýnilegum bardögum á bak við luktar dyr, slæður, prédikunarstóla og sviðsljós. Jesú Kristi, frelsara okkar og konungi, gefum við alla dýrðina.

Til hugrökku karlanna og kvenna um allan heim sem deildu sögum sínum um kvalir, sigra og umbreytingar — hugrekki ykkar hefur kveikt hnattræna frelsisöldu. Þökkum ykkur fyrir að brjóta þögnina.

Til þjónustufólksins og varðmannanna á múrnum sem hafa starfað í földum stöðum — kennt, miðlað, frelsað og greint — við heiðrum þrautseigju ykkar. Hlýðni ykkar heldur áfram að rífa niður vígi og afhjúpa blekkingar á hæðum.

Til fjölskyldna okkar, bænafélaga og stuðningsteyma sem stóðu með okkur á meðan við grófum í gegnum andleg rúst til að uppgötva sannleikann — þökkum ykkur fyrir óhagganlega trú ykkar og þolinmæði.

Til vísindamanna, YouTube-vitnisburða, uppljóstrara og stríðsmanna Guðs sem afhjúpa myrkrið í gegnum vettvanga sína – hugrekki ykkar hefur nært þetta verk með innsýn, opinberun og áríðandi þörf.

Til **líkama Krists**: þessi bók er einnig þín. Megi hún vekja í þér heilagan ásetning til að vera vakandi, greindur og óhræddur. Við skrifum ekki sem sérfræðingar, heldur sem vitni. Við stöndum ekki sem dómarar, heldur sem hinir endurleystu.

Og að lokum, til **lesenda þessarar hugvekju** – leitenda, stríðsmanna, presta, frelsunarþjóna, eftirlifenda og sannleikaunnenda frá öllum þjóðum – megi hver síða styrkja ykkur til að færa ykkur **frá myrkur til yfirráða**.

— Zacharias Godseagle

— Mánudagur sendiherra O. Ogbe

— Comfort Ladi Ogbe

# Til lesandans

Þetta er ekki bara bók. Þetta er símtal.
Kall til að afhjúpa það sem lengi hefur verið hulið — að horfast í augu við ósýnileg öfl sem móta kynslóðir, kerfi og sálir. Hvort sem þú ert **ungur leitandi**, **prestur úrvinda af óþekktum bardögum**, **viðskiptaleiðtogi sem berst við næturógn** eða **þjóðhöfðingi sem stendur frammi fyrir óbilandi þjóðarmyrkri**, þá er þessi hugvekja **leiðarvísir þinn út úr skuggunum**.

Til **einstaklingsins** : Þú ert ekki brjálaður. Það sem þú skynjar – í draumum þínum, andrúmslofti þínu, ætterni þínu – getur vissulega verið andlegt. Guð er ekki bara læknir; hann er frelsari.

Til **fjölskyldunnar** : Þessi 40 daga ferðalag mun hjálpa þér að bera kennsl á mynstur sem hafa lengi hrjáð ætterni þitt — fíkn, ótímabær dauðsföll, skilnaðir, ófrjósemi, andlegar kvalir, skyndileg fátækt — og veita þér verkfæri til að brjóta þau.

Til **kirkjuleiðtoga og presta** : Megi þetta vekja dýpri greiningu og hugrekki til að horfast í augu við andlega heiminn úr prédikunarstólnum, ekki bara af ræðupúltinum. Frelsun er ekki valkvæð. Hún er hluti af hinni miklu skipun.

Til **forstjóra, frumkvöðla og fagfólks** : Andlegir sáttmálar virka einnig í stjórnarherbergjum. Helgið viðskipti ykkar Guði. Rífið niður altari forfeðranna sem dulbúin eru sem viðskiptaheppni, blóðsáttmálar eða frímúrarahyggja. Byggið með hreinum höndum.

Til **varðmanna og fyrirbæna** : Árvekni ykkar hefur ekki verið til einskis. Þessi auðlind er vopn í höndum ykkar — fyrir borg ykkar, hérað ykkar, þjóð ykkar.

Til **forseta og forsætisráðherra** , ef þetta lendir einhvern tíma á borðinu ykkar: Þjóðir eru ekki bara stjórnaðar af stefnu. Þær eru stjórnaðar af ölturum - reistum í leyni eða opinberlega. Þangað til hinum huldu undirstöðum er tekin fyrir, mun friður vera ósýnilegur. Megi þessi hugvekja hvetja ykkur til kynslóðarbreytinga.

Til **unga mannsins eða konunnar** sem les þetta í örvæntingarfullri stund: Guð sér þig. Hann valdi þig. Og hann er að draga þig út – fyrir fullt og allt.

Þetta er þín ferð. Einn dag í einu. Ein keðja í einu.

**Frá myrkri til yfirráða — það er þinn tími.**

# Hvernig á að nota þessa bók

FRÁ MYRKI TIL YFIRRÆÐIS: 40 dagar til að brjótast út úr huldu taki myrkursins er meira en hugvekja — hún er frelsunarhandbók, andleg afeitrun og hernaðaræfingabúðir. Hvort sem þú ert að lesa einn, með hópi, í kirkju eða sem leiðtogi sem leiðbeinir öðrum, þá er hér hvernig á að fá sem mest út úr þessari öflugu 40 daga ferð:

**Daglegur taktur**

Hver dagur fylgir samræmdri uppbyggingu til að hjálpa þér að virkja anda, sál og líkama:

- **Aðalandúðarkennsla** – Opinberunarþema sem afhjúpar hulið myrkur.
- **Alþjóðlegt samhengi** – Hvernig þetta vígi birtist um allan heim.
- **Raunverulegar sögur** – Sönn frelsunarupplifun frá mismunandi menningarheimum.
- **Aðgerðaráætlun** – Persónulegar andlegar æfingar, afsögn eða yfirlýsingar.
- **Hópaumsókn** – Til notkunar í litlum hópum, fjölskyldum, kirkjum eða frelsunarteymum.
- **Lykilatriði** – Einföld leið til að minnast og biðja fyrir.
- **Hugleiðingardagbók** – Hjartanlegar spurningar til að vinna úr hverjum sannleika djúpt.
- **Bæn um frelsun** - Markviss andleg hernaðarbæn til að brjóta vígi.

**Það sem þú þarft**

- **Biblían** þín
- dagbók **eða minnisbók**

- **Smurningarolía** (valfrjálst en öflugt í bænum)
- Vilji til að **fasta og biðja** eins og andinn leiðir
- **Ábyrgðaraðili eða bænahópur** fyrir dýpri mál

## Hvernig á að nota með hópum eða kirkjum

- Hittist **daglega eða vikulega** til að ræða innsýn og leiða saman bænir.
- Hvetjið félagsmenn til að fylla út **hugleiðingardagbókina** fyrir hópfundi.
- Notaðu **hópumsóknarhlutann** til að hefja umræður, játningar eða sameiginlegar lausnarstundir.
- Tilnefna þjálfaða leiðtoga til að takast á við öflugri birtingarmyndir.

## Fyrir presta, leiðtoga og frelsunarþjóna

- Kennið dagleg efni úr prédikunarstólnum eða í frelsunarskólum.
- Búðu teymið þitt út til að nota þessa hugvekju sem leiðarvísi í ráðgjöf.
- Sérsníðið hluta eftir þörfum fyrir andlega kortlagningu, vakningarfundi eða bænasamkomur í borginni.

## Viðaukar til að skoða

Í lok bókarinnar finnur þú öflug aukaefni, þar á meðal:

1. **Dagleg yfirlýsing um algjöra frelsun** – Segðu þetta upphátt á hverjum morgni og kvöldi.
2. **Leiðbeiningar um fjölmiðlaafneitun** – Afeitra líf þitt af andlegri mengun í skemmtanabransanum.
3. **Bæn til að greina falin altari í kirkjum** – Fyrir fyrirbænara og kirkjustarfsmenn.
4. **Frímúrarareglan, Kabbalah, Kundalini og dulræn afneitunarrit** - Öflugar iðrunarbænir.
5. **Eftirlitslisti fyrir fjöldabjörgun** – Notið í krossferðum, húsfélögum eða persónulegum kyrrðarsamkomum.
6. **Tenglar á vitnisburðarmyndbönd**

# Formáli

Það er stríð — óséð, ósagt, en afar raunverulegt — sem geisar um sálir karla, kvenna, barna, fjölskyldna, samfélaga og þjóða.

Þessi bók varð ekki til úr kenningum, heldur úr eldi. Úr grátandi frelsunarherbergjum. Úr vitnisburðum sem hvísluðust í skuggum og hrópuðust af þökum. Úr djúpri rannsókn, alþjóðlegri fyrirbæn og heilagri gremju yfir yfirborðskristni sem tekst ekki að takast á við **rætur myrkursins** sem enn flækir trúaða.

Of margir hafa stigið á krossinn en draga enn í fjötra. Of margir prestar prédika frelsi á meðan þeir eru í leyni kvaldir af illum öndum girndar, ótta eða sáttmála forfeðranna. Of margar fjölskyldur eru fastar í vítahringjum — fátæktar, siðleysis, fíknar, ófrjósemi, skammar — og **vita ekki af hverju**. Og allt of margar kirkjur forðast að tala um illa anda, galdra, blóðaltari eða frelsun vegna þess að það er „of ákaft".

En Jesús forðaðist ekki myrkrið — hann **stóðst það**.

Hann hunsaði ekki illa anda — hann **rak þá út**.

Og hann dó ekki bara til að fyrirgefa þér — hann dó til að **frelsa þig**.

Þessi 40 daga alþjóðlega hugvekja er ekki venjuleg biblíunámskeið. Hún er **andleg aðgerðarsalur**. Dagbók frelsis. Kort út úr helvíti fyrir þá sem finnast fastir á milli hjálpræðis og sannrar frelsis. Hvort sem þú ert unglingur bundinn af klámi, forsetafrú sem hrjáist af draumum um höggorma, forsætisráðherra sem þjáist af sektarkennd forfeðranna, spámaður sem felur leyndarmál eða barn sem vaknar af djöfullegum draumum - þessi ferð er fyrir þig.

Þú munt finna sögur frá öllum heimshornum — Afríku, Asíu, Evrópu, Norður- og Suður-Ameríku — sem allar staðfesta einn sannleika: **djöfullinn gerir engan manngreinarálit**. En Guð heldur ekki. Og það sem hann hefur gert fyrir aðra, getur hann gert fyrir þig.

Þessi bók er skrifuð fyrir:

- **Einstaklingar** sem leita persónulegrar frelsunar
- **Fjölskyldur sem** þurfa kynslóðameðferð
- **Prestar** og kirkjustarfsmenn þurfa búnað
- **Leiðtogar í viðskiptalífinu** sigla í andlegri baráttu á háu stigi
- **Þjóðir** hrópa eftir sannri endurreisn
- **Ungt fólk** sem hefur óafvitandi opnað dyr
- **Frelsunarþjónar** sem þurfa uppbyggingu og stefnumótun
- Og jafnvel **þeir sem trúa ekki á djöfla** — þangað til þeir lesa sína eigin sögu á þessum síðum

Þú munt verða fyrir spennu. Þú munt verða fyrir áskorunum. En ef þú heldur þig á þeirri braut, munt þú einnig **umbreytast**.

Þú munt ekki bara losna.

Þú munt ganga **í ríki**.

Byrjum.

— *Zacharias Godseagle , sendiherra Monday O. Ogbe og Comfort Ladi Ogbe*

# Formáli

Það er órói meðal þjóðanna. Skjálfti í andlegum heimi. Frá prédikunarstólum til þinga, stofum til neðanjarðarkirkna, fólk alls staðar er að vakna til vitundar um hryllilegan sannleika: við höfum vanmetið umfang óvinarins - og við höfum misskilið vald okkar í Kristi.

*Frá myrkri til yfirráða* er ekki bara hugvekja; hún er köllun. Spámannleg handbók. Björgunarlína fyrir þá sem þjást, eru bundnir og einlæga trúaða sem velta fyrir sér: „Hvers vegna er ég enn í fjötrum?"

Sem einhver sem hefur orðið vitni að endurvakningu og frelsun um alla þjóðir, veit ég af eigin raun að kirkjan skortir ekki þekkingu — okkur skortir andlega **meðvitund**, **djörfung** og **aga**. Þetta verk brúar þetta bil. Það fléttar saman alþjóðlega vitnisburði, harðsnúinn sannleika, hagnýtar aðgerðir og kraft krossins í 40 daga ferðalag sem mun hrista rykið af sofandi lífi og kveikja eld í þreyttum.

Til prestsins sem þorir að horfast í augu við altari, til unga fólksins sem berst hljóðlega við djöfullega drauma, til fyrirtækjaeigandans sem flækist í ósýnilegum sáttmálum og til leiðtogans sem veit að eitthvað er *andlega rangt* en getur ekki nefnt það — þessi bók er fyrir þig.

Ég hvet þig til að lesa þetta ekki aðgerðalaust. Láttu hverja síðu ögra anda þínum. Láttu hverja sögu fæða stríð. Láttu hverja yfirlýsingu þjálfa munninn til að tala með eldi. Og þegar þú hefur gengið í gegnum þessa 40 daga, fagnaðu ekki bara frelsi þínu - verðu ílát fyrir frelsi annarra.

Því að sönn yfirráð eru ekki bara að flýja myrkrið ...

Þau eru að snúa við og draga aðra inn í ljósið.

**Í valdi og krafti Krists,**
**Sendiherra Ogbe**

# Inngangur

**FRÁ MYRKI TIL YFIRRÉTTIS: 40 dagar til að brjótast undan földum klóm myrkursins** er ekki bara enn ein hugvekjan – hún er vekjaraklukka um allan heim.

Um allan heim – frá sveitaþorpum til forsetahalla, kirkjualtara til stjórnarsals – hrópa karlar og konur eftir frelsi. Ekki bara hjálpræði. **Frelsun. Skýrleika. Byltingu. Heilleika. Friði. Krafti.**

En sannleikurinn er sá: Þú getur ekki útskúfað það sem þú þolir. Þú getur ekki losnað við það sem þú sérð ekki. Þessi bók er ljós þitt í þessu myrkri.

Í 40 daga munt þú ganga í gegnum kennslu, sögur, vitnisburði og stefnumótandi aðgerðir sem afhjúpa falda virkni myrkursins og styrkja þig til að sigrast á - í anda, sál og líkama.

Hvort sem þú ert prestur, forstjóri, trúboði, fyrirbænari, unglingur, móðir eða þjóðhöfðingi, þá mun efni þessarar bókar takast á við þig. Ekki til að gera þig skömmustulegan - heldur til að frelsa þig og búa þig undir að leiða aðra til frelsis.

Þetta er **alþjóðleg hugvekja um meðvitund, frelsun og kraft** — rótgróin í ritningunum, skerpt á raunverulegum frásögnum og gegndreypt í blóði Jesú.

**Hvernig á að nota þessa hugvekju**

1. **Byrjaðu á 5 undirstöðuköflunum.**
   Þessir kaflar leggja grunninn. Ekki sleppa þeim. Þeir munu hjálpa þér að skilja andlega byggingarlist myrkursins og það vald sem þér hefur verið gefið til að rísa upp fyrir hana.
2. **Gangið markvisst í gegnum hvern dag.**
   Hver dagleg færsla inniheldur þema, hnattrænar birtingarmyndir, raunverulega sögu, ritningarvers, aðgerðaáætlun, hugmyndir að hópbeitingu, lykilinnsýn, dagbókarábendingar og öfluga bæn.
3. **Lokaðu hverjum degi. Með daglegu 360° yfirlýsingunni,**

sem er að finna í lok þessarar bókar, er þessi öfluga yfirlýsing hönnuð til að styrkja frelsi þitt og vernda andleg hlið þín.

4. **Notaðu það eitt og sér eða í hópum**
Hvort sem þú ert að fara í gegnum þetta einn eða í hóp, heimasamfélagi, fyrirbænateymi eða frelsunarþjónustu — leyfðu Heilögum Anda að leiðbeina hraðanum og sérsníða bardagaáætlunina.

5. **Búist við mótstöðu - og byltingarkennd**
mótspyrna mun koma. En frelsið mun einnig koma. Frelsun er ferli og Jesús er staðráðinn í að ganga það með þér.

## GRUNNKAFLA (Lesið fyrir 1. dag)

### 1. Uppruni Myrkraríkisins
Frá uppreisn Lúsífers til tilkomu djöfullegra stigvelda og landhelgisanda, rekur þessi kafli biblíulega og andlega sögu myrkursins. Að skilja hvar það byrjaði hjálpar þér að sjá hvernig það virkar.

### 2. Hvernig Myrkraríkið starfar í dag
Frá sáttmálum og blóðfórnum til altara, sjávaranda og tæknilegrar innrásar, þessi kafli afhjúpar nútíma andlit fornra anda — þar á meðal hvernig fjölmiðlar, straumar og jafnvel trúarbrögð geta þjónað sem feluleikur.

### 3. Aðgangspunktar: Hvernig fólk verður háð
Enginn fæðist í fjötra af slysni. Þessi kafli fjallar um dyr eins og áföll, altari forfeðra, afhjúpun galdra, sálartengsl, dulspeki, frímúrarareglu, falskar andlegar venjur og menningarlegar venjur.

### 4. Birtingarmyndir: Frá yfirráðum til áráttu
Hvernig lítur fjötra út? Frá martraðir til hjónabandsslitunar, ófrjósemi, fíknar, reiði og jafnvel „heilags hláturs", þessi kafli sýnir hvernig illar vættir dulbúa sig sem vandamál, gjafir eða persónuleika.

### 5. Kraftur orðsins: Vald trúaðra
Áður en við hefjum 40 daga stríðið verður þú að skilja lagaleg réttindi þín í Kristi. Þessi kafli vopnar þig andlegum lögum, hernaðarvopnum, biblíulegum siðareglum og tungumáli frelsunar.

## SÍÐASTA HVATNING ÁÐUR EN ÞÚ BYRJAR
Guð kallar þig ekki til að *stjórna* myrkrinu.
Hann kallar þig til að **ráða yfir** því.

Ekki með krafti, ekki með krafti, heldur með anda sínum.

Látið þessa næstu 40 daga vera meira en bara hugvekja.

Látið þá vera útför fyrir hvert einasta altari sem eitt sinn stjórnaði ykkur ... og krýningu til þeirrar örlaga sem Guð hefur fyrirhugað ykkur.

**Þín yfirráðaferð hefst núna.**

# 1. KAFLI: UPPRUNI DYRKA RÍKISINS

„Því að baráttan, sem vér eigum í, er ekki við menn af holdi og blóði, heldur við tignir og völdin, við höfðingja þessa myrkurs, við andaverur vonskunnar í himingeimnum." — Efesusbréfið 6:12

Löngu áður en mannkynið steig á svið tímans braust út ósýnilegt stríð á himnum. Þetta var ekki stríð sverða eða byssna, heldur uppreisn - landráð gegn heilagleika og valdi hins hæsta Guðs. Biblían afhjúpar þennan leyndardóm í gegnum ýmsa kafla sem gefa vísbendingu um fall eins fegursta engla Guðs - **Lúsífers**, hins skínandi - sem þorði að hefja sig upp yfir hásæti Guðs (Jesaja 14:12–15, Esekíel 28:12–17).

Þessi geimuppreisn fæddi **Myrka ríkið** — ríki andlegrar mótspyrnu og blekkingar, sem samanstendur af föllnum englum (nú djöflum), höfðingjum og völdum sem sameinuðust gegn vilja Guðs og fólki Guðs.

## Fallið og myndun myrkursins

LÚSÍFER VAR EKKI ALLTAF vondur. Hann var skapaður fullkominn í visku og fegurð. En dramb kom inn í hjarta hans og dramb varð að uppreisn. Hann blekkti þriðjung engla himinsins til að fylgja sér (Opinberunarbókin 12:4) og þeim var úthýst af himnum. Hatur þeirra gagnvart mannkyninu á rætur sínar að rekja til öfundar — því mannkynið var skapað í Guðs mynd og gefið yfirráð.

Þannig hófst stríðið milli **Ljósríkisins** og **Myrkurríkisins** — ósýnileg átök sem snertir hverja sál, hvert heimili og hverja þjóð.

## Alþjóðleg tjáning Myrkraríkisins

ÞÓTT ÞETTA MYRKA RÍKIS sé ósýnilegt eru áhrif þess djúpt rótuð í:

- **Menningarhefðir** (forfeðradýrkun, blóðfórnir, leynifélög)
- **Skemmtun** (meðvitundarboðskapur, dulræn tónlist og sýningar)

- **Stjórnarhættir** (spilling, blóðsáttmálar, eiðar)
- **Tækni** (verkfæri til fíknar, stjórnunar, hugrænnar stjórnun)
- **Menntun** (húmanismi, afstæðishyggja, fölsk uppljómun)

Frá afrískri juju til vestrænnar nýaldar-dulspeki, frá djinn-dýrkun í Mið-Austurlöndum til suður-amerískrar sjamanisma, formin eru mismunandi en **andinn er sá sami** - blekking, yfirráð og eyðilegging.

## Af hverju þessi bók skiptir máli núna

BESTA BRAGÐ SATANS er að fá fólk til að trúa því að hann sé ekki til — eða verra, að leiðir hans séu skaðlausar.

Þessi hugvekja er **handbók um andlega greiningu** — hún lyftir hulunni, afhjúpar áform hans og gefur trúuðum um allan heim kraft til að:

- **Þekkja** aðgangspunkta
- **Slíta** leyndum sáttmálum
- **Stöndum gegn** með yfirvaldi
- **Endurheimta** það sem stolið var

## Þú fæddist í bardaga

ÞETTA ER EKKI HUGVEKJA fyrir viðkvæma. Þú fæddist á vígvelli, ekki leikvelli. En góðu fréttirnar eru þær: **Jesús hefur þegar unnið stríðið!**

*„Hann afvopnaði höfðingja og yfirvöld og setti þau í smán, með því að sigra þá í honum."* — Kólossubréfið 2:15

Þú ert ekki fórnarlamb. Þú ert meira en sigurvegari fyrir tilstilli Krists. Við skulum afhjúpa myrkrið — og ganga djarflega inn í ljósið.

### Lykilinnsýn

Uppruni myrkursins er hroki, uppreisn og höfnun á stjórn Guðs. Þessi sömu fræ virka enn í hjörtum fólks og kerfa í dag. Til að skilja andlegan hernað verðum við fyrst að skilja hvernig uppreisnin hófst.

### Hugleiðingardagbók

- Hef ég afsannað andlegan hernað sem hjátrú?
- Hvaða menningar- eða fjölskylduvenjur hef ég tileinkað mér sem gætu

tengst fornum uppreisnum?
- Skil ég í raun og veru stríðið sem ég fæddist inn í?

**Bæn um uppljómun**

*Himneskur faðir, opinbera mér huldu rætur uppreisnar í kringum mig og innra með mér. Afhjúpa lygar myrkursins sem ég kann að hafa tekið óafvitandi opnum örmum. Láttu sannleika þinn skína í hverjum skuggalegum stað. Ég vel Ljósríki. Ég vel að ganga í sannleika, mætti og frelsi. Í nafni Jesú. Amen.*

# KAFLI 2: HVERNIG MYRKRI RÍKIÐ STARFSAR Í DAG

„*Svo að Satan fái ekki yfirhöndina á okkur, því að okkur er ekki ókunnugt um vélræði hans.*" — 2. Korintubréf 2:11

Ríki myrkursins starfar ekki af handahófi. Það er vel skipulagður, djúpstæður andlegur innviður sem endurspeglar hernaðarstefnu. Markmið þess: að komast inn í, ráðskast með, stjórna og að lokum eyðileggja. Rétt eins og Guðsríki hefur tign og reglu (postula, spámenn o.s.frv.), þá gerir ríki myrkursins það líka — með höfðingjum, völdum, drottnum myrkursins og andlegum illsku í himnum (Efesusbréfið 6:12).

Myrkraríkið er ekki goðsögn. Það er ekki þjóðtrú eða hjátrú. Það er ósýnilegt en raunverulegt net andlegra aðila sem stjórna kerfum, fólki og jafnvel kirkjum til að uppfylla stefnu Satans. Þó að margir ímyndi sér heygaffla og rauð horn, þá er raunveruleg virkni þessa ríkis mun lúmskari, kerfisbundnari og illgjarnari.

**1. Blekking er gjaldmiðill þeirra**

Óvinurinn stundar lygar. Frá Edengarðinum (1. Mósebók 3) til nútímaheimspeki hefur aðferð Satans alltaf snúist um að sá efasemdum í orði Guðs. Í dag birtist blekking í formi:

- *Kenningar nýaldarinnar dulbúnar sem upplýsun*
- *Dulspekilegar iðkanir dulbúnar sem menningarlegt stolt*
- *Galdramennskan í hávegum höfð í tónlist, kvikmyndum, teiknimyndum og samfélagsmiðlum*

Fólk tekur óafvitandi þátt í helgisiðum eða neytir fjölmiðla sem opna andlegar dyr án þess að gera greinarmun.

**2. Stigveldisskipulag illskunnar**

Rétt eins og Guðsríki ríkir reglu, starfar myrka ríkið undir skilgreindri stigveldi:

- **Furstadæmin** – Landhelgisandar sem hafa áhrif á þjóðir og stjórnir
- **Kraftar** – Umboðsmenn sem framfylgja illsku með djöfullegum kerfum
- **Stjórnendur myrkursins** – Samhæfingaraðilar andlegrar blindu, skurðgoðadýrkunar og falskra trúarbragða
- **Andleg illska í háum stöðum** – Verur á elítustigi sem hafa áhrif á menningu, auð og tækni heimsins

Hver djöfull sérhæfir sig í ákveðnum verkefnum — ótta, fíkn, kynferðislegri perversi, ruglingi, stolti, sundrung.

### 3. Verkfæri menningarstjórnunar

Djöfullinn þarf ekki lengur að birtast líkamlega. Menningin sér nú um þungavinnuna. Aðferðir hans í dag eru meðal annars:

- **Undirmeðvitundarboð:** Tónlist, þættir, auglýsingar fullar af földum táknum og öfugum skilaboðum
- **Afnæmingu:** Endurtekin útsetning fyrir synd (ofbeldi, nekt, blótsyrði) þar til það verður „eðlilegt".
- **Hugarstjórnunartækni:** Með fjölmiðladáleiðslu, tilfinningalegri meðferð og ávanabindandi reikniritum

Þetta er ekki tilviljun. Þetta eru aðferðir sem eru hannaðar til að veikja siðferðislega sannfæringu, eyðileggja fjölskyldur og endurskilgreina sannleikann.

### 4. Kynslóðasamningar og ætterni

Í gegnum drauma, helgisiði, vígslu eða forfeðrasáttmála eru margir óafvitandi í fylgni við myrkrið. Satan nýtir sér þetta:

- Fjölskyldualtara og skurðgoð forfeðranna
- Nafngiftarathafnir þar sem anda er kallaður fram
- Leyndar syndir eða bölvanir fjölskyldunnar sem hafa verið gefnar í arf

Þetta opnar lagalegan grundvöll fyrir þjáningu þar til sáttmálinn er rofinn með blóði Jesú.

## 5. Falsk kraftaverk, falsspámenn

Myrkraríkið elskar trúarbrögð — sérstaklega ef þau skortir sannleika og kraft. Falsspámenn, blekkjandi andar og fölsk kraftaverk blekkja fjöldann:

*„Því að Satan sjálfur breytir sér í ljósengil."* — 2. Korintubréf 11:14

Margir fylgja í dag röddum sem kitla eyrun en binda sálir þeirra.

### Lykilinnsýn

Djöfullinn er ekki alltaf hávær — stundum hvíslar hann til að semja. Besta taktík Myrkraríkisins er að sannfæra fólk um að það sé frjálst, en það er á lúmskum nótum hneppt í þrældóm.

### Hugleiðingardagbók:

- Hvar hefur þú séð þessar aðgerðir í þínu samfélagi eða þjóð?
- Eru einhverjir þættir, tónlist, öpp eða helgisiðir sem þú hefur staðlað sem gætu í raun verið verkfæri til að stjórna fólki?

### Bæn um vitund og iðrun:

*Drottinn Jesús, opna augu mín svo að ég sjái aðgerðir óvinarins. Afhjúpa hverja lygi sem ég hef trúað. Fyrirgefðu mér hverja dyr sem ég hef opnað, meðvitað eða ómeðvitað. Ég brýt sáttmála við myrkrið og vel sannleika þinn, mátt þinn og frelsi. Í nafni Jesú. Amen.*

# KAFLI 3: AÐGANGSSTAÐIR – HVERNIG FÓLK VERÐUR HEILT

„*Gefið djöflinum ekki fótfestu.*" — Efesusbréfið 4:27

Í hverri menningu, kynslóð og heimili eru faldir opnir — gáttir sem andlegt myrkur kemst inn um. Þessar opnir geta virst skaðlausar í fyrstu: leikur frá barnæsku, fjölskylduathöfn, bók, kvikmynd, óleyst áfall. En þegar þær opnast verða þær löglegur vettvangur fyrir áhrif djöfulsins.

**Algengar aðgangsleiðir**

1. **Sáttmálar um ætterni** – Eiðar, helgisiðir og skurðgoðadýrkun forfeðranna sem miðla aðgangi að illum öndum.
2. **Snemmbúin snerting við dulspeki** – Eins og í sögunni um *Lourdes Valdiviu* frá Bólivíu, verða börn sem verða fyrir galdrum, spíritisma eða dulspekilegum helgisiðum oft andlega skert.
3. **Fjölmiðlar og tónlist** – Lög og kvikmyndir sem vegsama myrkur, kynferðislegan áhuga eða uppreisn geta á lúmskan hátt boðið upp á andleg áhrif.
4. **Áföll og misnotkun** – Kynferðislegt ofbeldi, ofbeldisfull áföll eða höfnun geta sprungið sálina opna fyrir kúgandi öndum.
5. **Kynferðisleg synd og sálartengsl** – Ólögleg kynferðisleg sambönd skapa oft andleg tengsl og tilfærslu anda.
6. **Nýöld og falskar trúarbrögð** – Kristallar, jóga, leiðsögumenn, stjörnuspár og „hvítir galdrar" eru dulbúin boð.
7. **Beiskja og vanfyrirgefning** – Þetta gefur illum öndum löglegan rétt til að kveljast (sjá Matteus 18:34).

**Alþjóðlegt vitnisburðarhápunktur:** *Lourdes Valdivia (Bólivía)*

Aðeins sjö ára gömul kynntist Lourdes galdri af móður sinni, sem hafði lengi stundað dulspeki. Hús hennar var fullt af táknum, beinum úr kirkjugörðum og galdrabókum. Hún upplifði geðvörpun, raddir og kvalir áður en hún fann loksins Jesú og varð frelsuð. Saga hennar er ein af mörgum - hún sannar hvernig snemmbúin kynning og áhrif kynslóða opna dyr að andlegum fjötrum.

**Tilvísun í stærri hetjudáðir:**

Sögur af því hvernig fólk óafvitandi opnaði dyr með „skaðlausum" athöfnum — aðeins til að festast í myrkri — er að finna í *Greater Exploits 14* og *Delivered from the Power of Darkness* . ( Sjá viðauka)

**Lykilinnsýn**

Óvinurinn brýst sjaldan inn. Hann bíður eftir að dyr opnist. Það sem finnst saklaust, erfðatengt eða skemmtilegt getur stundum verið einmitt hliðið sem óvinurinn þarfnast.

**Hugleiðingardagbók**

- Hvaða augnablik í lífi mínu kunna að hafa þjónað sem andlegir inngangspunktar?
- Eru einhverjar „skaðlausar" hefðir eða hlutir sem ég þarf að losa mig við?
- Þarf ég að afsala mér einhverju úr fortíð minni eða fjölskyldulínu?

**Bæn um afsögn**

*Faðir, ég loka öllum dyrum sem ég eða forfeður mínir kunna að hafa opnað fyrir myrkrinu. Ég afneita öllum samningum, sálartengslum og snertingu við allt sem er óheilagt. Ég brýt allar keðjur með blóði Jesú. Ég lýsi því yfir að líkami minn, sál og andi tilheyri Kristi einum. Í nafni Jesú. Amen.*

# KAFLI 4: BIRTINGAR – FRÁ ÁTÖKU TIL ÁHRIFAR

„**Þ**egar óhreinn andi fer út af manni, reikar hann um eyðimörk í leit að hvíldarstað og finnur ekki. Þá segir hann: ,Ég mun snúa aftur í húsið, sem ég fór frá.'" — Matteus 12:43

Þegar einstaklingur kemst undir áhrif hins myrka ríkis, eru birtingarmyndir mismunandi eftir því hversu mikil aðgangur djöfulsins er veittur. Andlegi óvinurinn sættir sig ekki við heimsóknir — endanlegt markmið hans er búseta og yfirráð.

**Birtingarstig**

1. **Áhrif** – Óvinurinn öðlast áhrif í gegnum hugsanir, tilfinningar og ákvarðanir.
2. **Kúgun** – Það er ytri þrýstingur, þyngsli, ruglingur og kvöl.
3. **Árátta** – Viðkomandi festist í dökkum hugsunum eða áráttuhegðun.
4. **Eignarhald** – Í sjaldgæfum en raunverulegum tilfellum taka illar vættir sér búsetu og yfirbuga vilja, rödd eða líkama einstaklings.

Stig birtingarmyndarinnar er oft tengt dýpt andlegrar málamiðlunar.

**Alþjóðlegar dæmisögur um birtingarmynd**

- **Afríka:** Dæmi um andaeiginmann/eiginkonu, geðveiki og helgisiðalega þrælkun.
- **Evrópa:** Nýaldardáleiðsla, astralvörpun og sundrun hugans.
- **Asía:** Sálartengsl forfeðra, endurfæðingargildrur og ætternisheit.
- **Suður-Ameríka:** Sjamanismi, leiðsögumenn andanna, fíkn í lestri andlegra sálar.
- **Norður-Ameríka:** Galdrar í fjölmiðlum, „skaðlausar" stjörnuspár,

efnisgáttir.
- **Mið-Austurlönd:** Fundir með djinnum, blóðeiðar og spádómsfalsanir.

Hver heimsálfa sýnir sína einstöku dulargervi sama djöflakerfisins — og trúaðir verða að læra að þekkja merkin.

**Algeng einkenni djöfullegrar virkni**

- Endurteknar martraðir eða svefnlömun
- Raddir eða andleg kvöl
- Nauðsynleg synd og endurtekin fráhvarf
- Óútskýrðir veikindi, ótti eða reiði
- Yfirnáttúrulegur kraftur eða þekking
- Skyndileg andúð á andlegum hlutum

**Lykilinnsýn**

Það sem við köllum „andleg", „tilfinningaleg" eða „læknisfræðileg" vandamál geta stundum verið andleg. Ekki alltaf — en nógu oft til þess að greindardómur sé lykilatriði.

**Hugleiðingardagbók**

- Hef ég tekið eftir endurteknum baráttum sem virðast andlegs eðlis?
- Eru kynslóðabundin eyðileggingarmynstur í fjölskyldu minni?
- Hvers konar fjölmiðla, tónlist eða sambönd leyfi ég inn í líf mitt?

**Bæn um afsögn**

*Drottinn Jesús, ég afneita öllum falnum samningum, opnum dyrum og óguðlegum sáttmálum í lífi mínu. Ég slít tengslum við allt sem ekki er frá þér - meðvitað eða ómeðvitað. Ég býð eldi Heilags Anda að gleypa hvert snefil af myrkri í lífi mínu. Leys mig algjörlega. Í þínu máttuga nafni. Amen.*

# KAFLI 5: MÁTTUR ORÐSINS – EFTIRLIT TRÚENDA

„*Sjá, ég gef yður vald til að stíga á höggorma og sporðdreka og yfir allan óvinarins mátt, og ekkert skal yður nokkurn veginn meina.*" — Lúkas 10:19 (KJV)

Margir trúaðir lifa í ótta við myrkrið vegna þess að þeir skilja ekki ljósið sem þeir bera með sér. Samt opinberar Ritningin að **orð Guðs er ekki bara sverð (Efesusbréfið 6:17)** - það er eldur (Jeremía 23:29), hamar, fræ og lífið sjálft. Í baráttunni milli ljóss og myrkurs eru þeir sem þekkja og boða orðið aldrei fórnarlömb.

**Hvaða kraftur er þetta?**

Valdið sem trúaðir bera er **úthlutað vald**. Eins og lögregluþjónn með merki stöndum við ekki á eigin styrk, heldur í nafni **Jesú** og fyrir tilstilli orðs Guðs. Þegar Jesús sigraði Satan í eyðimörkinni hrópaði hann ekki, grét ekki eða fékk ótta - hann sagði einfaldlega: „*Það er ritað.*"

Þetta er fyrirmyndin fyrir alla andlega hernað.

**Hvers vegna margir kristnir menn eru enn ósigraðir**

1. **Fáfræði** – Þeir vita ekki hvað Orðið segir um sjálfsmynd þeirra.
2. **Þögn** – Þeir boða ekki orð Guðs yfir aðstæður.
3. **Ósamræmi** – Þau lifa í syndarhringrás sem rýrir sjálfstraust og aðgengi.

Sigur snýst ekki um að hrópa hærra; hann snýst um **að trúa dýpra** og **lýsa yfir af djörfung**.

**Yfirvald í verki – Alþjóðlegar sögur**

- **Nígería:** Ungur drengur, sem var fastur í sértrúarsöfnuði, var frelsaður þegar móðir hans smurði stöðugt herbergi hans og flutti

Sálm 91 á hverju kvöldi.
- **Bandaríkin:** Fyrrverandi Wicca-kona hætti að iðka galdra eftir að samstarfskona hennar lýsti yfir ritningarstöðum í hljóði á vinnusvæði hennar daglega í marga mánuði.
- **Indland:** Trúaður maður lýsti yfir Jesaja 54:17 á meðan hann stóð frammi fyrir stöðugum árásum svartagaldurs — árásunum hætti og árásarmaðurinn játaði.
- **Brasilía:** Kona notaði daglegar yfirlýsingar úr Rómverjabréfinu 8 yfir sjálfsvígshugsunum sínum og byrjaði að ganga í yfirnáttúrulegum friði.

Orðið er lifandi. Það þarf ekki fullkomnun okkar, heldur bara trú okkar og játningu.

### Hvernig á að beita orðinu í hernaði

1. **Lærðu utanbókar ritningarstaði** sem tengjast sjálfsmynd, sigri og vernd.
2. **Talaðu orðið upphátt**, sérstaklega við andlegar árásir.
3. **Notaðu það í bæn**, lýstu yfir loforð Guðs yfir aðstæðum.
4. **Föstu + Biðjið** með Orðið sem akkeri (Matteus 17:21).

### Grundvallarritningar fyrir hernað

- *2. Korintubréf 10:3–5* – Að rífa niður víggirðingar
- *Jesaja 54:17* – Engin smíðuð vopn munu sigra.
- *Lúkas 10:19* – Vald yfir óvininum
- *Sálmur 91* – Guðleg vernd
- *Opinberunarbókin 12:11* – Sigraður með blóði og vitnisburði

### Lykilinnsýn

Orð Guðs í munni þínum er jafn öflugt og orðið í munni Guðs — þegar það er talað í trú.

### Hugleiðingardagbók

- Þekki ég andleg réttindi mín sem trúaður?

- Á hvaða ritningarstöðum stend ég virkan í dag?
- Hef ég leyft ótta eða fáfræði að þagga niður í yfirvaldi mínu?

**Bæn um valdeflingu**

*Faðir, opna augu mín fyrir því valdi sem ég hef í Kristi. Kenn mér að beita orði þínu af djörfung og trú. Þar sem ég hef leyft ótta eða fáfræði að ríkja, láttu opinberun koma. Ég stend í dag sem barn Guðs, vopnaður sverði andans. Ég mun tala orðið. Ég mun standa í sigri. Ég mun ekki óttast óvininn - því meiri er sá sem er í mér. Í nafni Jesú. Amen.*

# DAGUR 1: BLÓÐLÍNUR OG HLIÐ — AÐ BRJÓTA FJÖLSKYLDUKEÐJUR

„Feður vorir hafa syndgað og eru ekki lengur til, og vér berum syndir þeirra." — Harmljóðin 5:7

Þú kannt að vera hólpinn, en ætterni þitt á sér enn sögu — og þangað til gömlu sáttmálarnir eru rofnir, halda þeir áfram að tala.

Um allar heimsálfur eru falin altari, forfeðrasáttmálar, leynilheit og erfðamisgjörðir sem eru enn virkar þar til sérstaklega er tekið á þeim. Það sem hófst með langömmum og langömmum gæti enn verið að krefjast örlaga barna nútímans.

**Alþjóðlegar tjáningar**

- **Afríka** – Fjölskylduguðir, spádómar, kynslóðagaldrar, blóðfórnir.
- **Asía** – Forfeðradýrkun, endurfæðingarbönd, karmakeðjur.
- **Rómönsku Ameríka** – Santeria, dauðaaltari, sjamanískir blóðeiðar.
- **Evrópa** – Frímúrarareglan, heiðnar rætur, ætternissáttmálar.
- **Norður-Ameríka** – Erfðir nýaldar, frímúraraætterni, dulspekileg fyrirbæri.

Bölvunin heldur áfram þar til einhver rís upp og segir: „Ekki meira!"

**Dýpri vitnisburður – Græðsla frá rótunum**

Kona frá Vestur-Afríku, eftir að hafa lesið bókina *Greater Exploits 14*, áttaði sig á því að langvinn fósturlát hennar og óútskýrðar kvalir tengdust stöðu afa síns sem helgidómsprests. Hún hafði tekið á móti Kristi fyrir mörgum árum en hafði aldrei tekist á við fjölskyldusáttmálana.

Eftir þriggja daga bæn og föstu var henni vísað til að eyðileggja ákveðna erfðagripi og afneita sáttmálum samkvæmt Galatabréfinu 3:13. Í sama mánuði varð hún þunguð og ól barn til fulls meðgöngu. Í dag leiðir hún aðra í lækninga- og frelsunarþjónustu.

Annar maður í Rómönsku Ameríku, úr bókinni *Delivered from the Power of Darkness* , fann frelsi eftir að hafa afneitað bölvun frímúrarareglunnar sem hann hafði leynilega gengið í arf frá langafa sínum. Þegar hann fór að heimfæra ritningarvers eins og Jesaja 49:24–26 og biðja um frelsun, hætti andleg kvöl hans og friður komst á heimili hans.

Þessar sögur eru ekki tilviljanir - þær eru vitnisburður um sannleikann í verki.

### Aðgerðaráætlun – Fjölskylduuppgjör

1. Skrifaðu niður allar þekktar fjölskyldutrúarbrögð, venjur og tengsl — trúarleg, dulspekileg eða leynileg félög.
2. Biðjið Guð um opinberun á huldum alturum og sáttmálum.
3. Eyðileggðu og fargaðu í bæn öllum hlutum sem tengjast skurðgoðadýrkun eða dulspeki.
4. Föstu eins og þú vilt og notaðu ritningarnar hér að neðan til að brjóta brautina:
    - *Þriðja Mósebók 26:40–42*
    - *Jesaja 49:24–26*
    - *Galatabréfið 3:13*

# HÓPUMRÆÐUR OG UMSÓKN

- Hvaða algengar fjölskylduvenjur eru oft litið fram hjá sem skaðlausar en geta verið andlega hættulegar?
- Látið meðlimi deila nafnlaust (ef þörf krefur) öllum draumum, hlutum eða endurteknum hringrásum í ættlínu sinni.
- Hópbæn um afsögn — hver einstaklingur getur nefnt nafn fjölskyldunnar eða málefnisins sem verið er að afsala sér.

**Verkfæri þjónustunnar:** Komið með smurningarolíu. Bjóðið kvöldmáltíðina. Leiðið hópinn í sáttmálabæn um endurnýjun — að helga hverja fjölskyldulínu Kristi.

### Lykilinnsýn
Að fæðast á ný frelsar anda þinn. Að brjóta fjölskyldusáttmála varðveitir örlög þín.

### Hugleiðingardagbók

- Hvað er í fjölskyldunni minni? Hvað þarf að hætta hjá mér?
- Eru einhverjir hlutir, nöfn eða hefðir á heimilinu mínu sem þurfa að fara?
- Hvaða dyr opnuðu forfeður mínir sem ég þarf nú að loka?

### Bæn um lausn

*Drottinn Jesús, ég þakka þér fyrir blóð þitt sem talar betri hluti. Í dag afneita ég hverju huldu altari, fjölskyldusáttmála og erfðafjötrum. Ég brýt fjötra ætternis minnar og lýsi því yfir að ég sé ný sköpun. Líf mitt, fjölskylda og örlög tilheyra nú aðeins þér. Í nafni Jesú. Amen.*

# DAGUR 2: DRAUMAINNRÁSIR — ÞEGAR NÓTTIN VERÐUR AÐ VÍGVÖLLUM

„M*eðan mennirnir sváfu kom óvinur hans og sáði illgresi meðal hveitið og fór síðan burt.*" — Matteus 13:25

Fyrir marga á mesta andlega stríðið sér ekki stað meðan þeir eru vakandi – það gerist þegar þeir eru sofandi.

Draumar eru ekki bara tilviljunarkennd heilastarfsemi. Þeir eru andlegar gáttir þar sem viðvaranir, árásir, sáttmálar og örlög skiptast í gegnum. Óvinurinn notar svefn sem hljóðlátan vígvöll til að sá ótta, girnd, ruglingi og töfum - allt án mótspyrnu því flestir eru ekki meðvitaðir um stríðið.

**Alþjóðlegar tjáningar**

- **Afríka** – Andlegir makar, höggormar, að borða í draumum, grímuball.
- **Asía** – Kynni forfeðranna, dauðadraumar, karmísk kvöl.
- **Rómönsku Ameríka** – Dýrslegir djöflar, skuggar, svefnlömun.
- **Norður-Ameríka** – Stjörnuvarp, geimverudraumar, endursýningar á áföllum.
- **Evrópa** – Gotneskar birtingarmyndir, kynlífsdjöflar (incubus/succubus), sundrun sálar.

Ef Satan getur stjórnað draumum þínum, getur hann haft áhrif á örlög þín.

**Vitnisburður – Frá næturógn til friðar**

Ung kona frá Bretlandi sendi tölvupóst eftir að hafa lesið *bókina Ex-Satanist: The James Exchange* . Hún sagði frá því hvernig hún hefði í mörg ár verið hrjáð af draumum um að vera eltur, bitinn af hundum eða sofa hjá ókunnugum mönnum — alltaf fylgt eftir af bakslögum í raunveruleikanum.

Sambönd hennar brugðust, atvinnutækifæri gufuðu upp og hún var stöðugt úrvinda.

Með föstu og nám í ritningargreinum eins og Jobsbók 33:14–18 uppgötvaði hún að Guð talar oft í gegnum drauma – en það gerir óvinurinn líka. Hún byrjaði að smyrja höfuðið með olíu, hafna illum draumum upphátt þegar hún vaknaði og halda draumadagbók. Smám saman urðu draumar hennar skýrari og friðsælli. Í dag leiðir hún stuðningshóp fyrir ungar konur sem þjást af draumaköstum.

Nígerískur kaupsýslumaður áttaði sig á því eftir að hafa hlustað á vitnisburð á YouTube að draumur hans um að fá mat á hverju kvöldi tengdist galdri. Í hvert skipti sem hann þáði matinn í draumnum fóru hlutir úrskeiðis í viðskiptum hans. Hann lærði að hafna matnum strax í draumnum, biðja í tungum fyrir svefn og sér nú guðlegar aðferðir og viðvaranir í staðinn.

**Aðgerðaráætlun – Styrkja næturvaktir þínar**

1. **Fyrir svefn:** Lesið ritningarversin upphátt. Tilbiðjið. Smyrjið höfuð ykkar með olíu.
2. **Draumadagbók:** Skrifaðu niður alla drauma sem þú vaknar - góða sem slæma. Biddu Heilagan Anda um túlkun.
3. **Hafna og afneita:** Ef draumurinn felur í sér kynferðislega virkni, látna ættingja, át eða fjötra — afneitaðu honum tafarlaust í bæn.
4. **Ritningarstríð:**
    - *Sálmur 4:8* — Rólegur svefn
    - *Jobsbók 33:14–18* — Guð talar í gegnum drauma
    - *Matteus 13:25* — Óvinurinn sáir illgresi
    - *Jesaja 54:17* - Engin vopn smíðuð gegn þér

**Hópumsókn**

- Deilið nýlegum draumum nafnlaust. Látið hópinn greina mynstur og merkingu.
- Kennið meðlimum að hafna illum draumum munnlega og innsigla góðum í bæn.
- Yfirlýsing hópsins: „Við bönnum djöfulleg viðskipti í draumum okkar, í Jesú nafni!"

**Verkfæri ráðuneytisins:**

- Takið með ykkur pappír og penna til að skrifa draumadagbók.
- Sýna hvernig á að smyrja heimili sitt og rúm.
- Bjóðið fram kvöldmáltíðina sem sáttmálainnsigli fyrir nóttina.

**Lykilinnsýn**

Draumar eru annað hvort inngangur að guðdómlegum samskiptum eða gildrur djöfulsins. Greiningarhæfni er lykilatriði.

**Hugleiðingardagbók**

- Hvers konar drauma hef ég stöðugt upplifað?
- Tek ég mér tíma til að hugleiða drauma mína?
- Hafa draumar mínir verið að vara mig við einhverju sem ég hef hunsað?

**Bæn næturvaktarinnar**

*Faðir, ég helga drauma mína þér. Leyfðu engum illum krafti að ráðast inn í svefn minn. Ég hafna öllum sáttmálum djöfulsins, kynferðislegri saurgun eða stjórnun í draumum mínum. Ég fæ guðlega heimsókn, himneska leiðsögn og englavernd meðan ég sef. Láttu nætur mínar vera fullar af friði, opinberun og krafti. Í nafni Jesú, amen.*

# DAGUR 3: ANDLEGIR MAKA — ÓHEILÖG SAMBAND SEM BINDA ÖRLÖGIN

„*Því að skapari þinn er eiginmaður þinn – Drottinn allsherjar er nafn hans...*" – Jesaja 54:5

„*Þeir fórnuðu sonum sínum og dætrum sínum djöflum.*" – Sálmur 106:37

Þó að margir kalli eftir byltingu í hjónabandinu, þá gera þeir sér ekki grein fyrir því að þeir eru þegar í **andlegu hjónabandi** - hjónabandi sem þeir samþykktu aldrei.

Þetta eru **sáttmálar sem myndaðir eru í gegnum drauma, kynferðisbrot, blóðathafnir, klám, eiða forfeðra eða flutning milli einstaklinga**. Andamakinn — incubus (karl) eða succubus (kvenkyns) — tekur sér lagalegan rétt til líkama viðkomandi, nándar og framtíðar, sem oft hindrar sambönd, eyðileggur heimili, veldur fósturlátum og kyndir undir fíkn.

**Alþjóðlegar birtingarmyndir**

- **Afríka** – Sjávarandar (Mami Wata), andaeiginkonur/eiginmenn frá vatnaríkjum.
- **Asía** – Himnesk hjónabönd, karmískar bölvanir sálufélaga, endurholdgaðir makar.
- **Evrópa** – Galdrasambönd, djöflaunnendur af frímúrarareglu eða drúídaættum.
- **Rómönsku Ameríka** – Santeria-hjónabönd, ástargaldrar, „andahjónabönd" byggð á sáttmálum.
- **Norður-Ameríka** – Andlegar gáttir af klámi, kynlífsandar nýaldar, mannrán geimvera sem birtingarmynd kynni við geimverur.

**Raunverulegar sögur — Baráttan fyrir hjúskaparfrelsi**

**Tolu, Nígería.**
Tolu var 32 ára og einhleyp. Í hvert skipti sem hún trúlofaðist hvarf maðurinn skyndilega. Hana dreymdi stöðugt um að gifta sig í íburðarmiklum athöfnum. Í bókinni *Greater Exploits 14* viðurkenndi hún að mál hennar passaði við vitnisburð sem þar var gefinn. Hún gekkst undir þriggja daga föstu og næturbænir um miðnætti, sleit sálartengsl og rak út sjóanda sem hafði tekið hana. Í dag er hún gift og ráðleggur öðrum.

**Lina, Filippseyjar**
Lina fann oft fyrir „nærveru" á nóttunni. Hún hélt að hún væri að ímynda sér hluti þar til marblettir fóru að birtast á fótleggjum og lærum án skýringa. Prestur hennar greindi andlegan maka. Hún játaði fyrri fóstureyðingu og klámfíkn og fór síðan í gegnum frelsun. Hún hjálpar nú ungum konum að bera kennsl á svipuð mynstur í samfélagi sínu.

**Aðgerðaáætlun – Að brjóta sáttmálann**

1. **Játa** og iðrast kynferðislegra synda, sálutengsla, dulspeki eða helgisiða forfeðranna.
2. **Hafnið** öllum andlegum hjónaböndum í bæn — með nafni, ef það opinberast.
3. **Fastaðu** í 3 daga (eða eins og leiðbeint er) með Jesaja 54 og Sálm 18 sem kjarni ritningarstaðir.
4. **Eyðileggðu** líkamlega tákn: hringa, föt eða gjafir tengdar fyrri elskhugum eða dulspekilegum tengslum.
5. **Lýstu upphátt** :

*Ég er ekki giftur neinum anda. Ég er bundinn við Jesú Krist. Ég hafna öllum djöfullegum samböndum í líkama mínum, sál og anda!*

**Ritningarverkfæri**

- Jesaja 54:4–8 – Guð sem sannur eiginmaður þinn
- Sálmur 18 – Að brjóta niður dauðans bönd
- 1. Korintubréf 6:15–20 – Líkami ykkar tilheyrir Drottni.
- Hósea 2:6–8 – Að brjóta óguðlega sáttmála

**Hópumsókn**

- Spyrjið hópmeðlimi: Hefur ykkur einhvern tímann dreymt um brúðkaup, kynlíf með ókunnugum eða skuggaverur á nóttunni?
- Leiða hóp þar sem þeir afneita andlegum maka.
- Leikið „skilnaðardómstól á himnum" — hver þátttakandi leggur fram andlegan skilnað fyrir Guði í bæn.
- Notið smurningarolíu á höfuð, maga og fætur sem tákn um hreinsun, æxlun og hreyfingu.

**Lykilinnsýn**

Djöfulleg hjónabönd eru raunveruleg. En það er ekkert andlegt samband sem ekki er hægt að rjúfa með blóði Jesú.

**Hugleiðingardagbók**

- Hef ég haft endurteknar drauma um hjónaband eða kynlíf?
- Eru til mynstur höfnunar, tafa eða fósturláts í lífi mínu?
- Er ég tilbúin/n að gefa líkama minn, kynhneigð og framtíð Guði að fullu?

**Bæn um frelsun**

*Himneskur faðir, ég iðrast allra kynferðislegra synda, þekktra eða óþekktra. Ég hafna og afneita öllum andlegum maka, sjávaranda eða dulrænum hjónaböndum sem krefjast lífs míns. Með krafti blóðs Jesú brýt ég alla sáttmála, draumafræ og sálartengsl. Ég lýsi því yfir að ég er brúður Krists, sett til dýrðar hans. Ég geng frjáls, í nafni Jesú. Amen.*

# DAGUR 4: BÖLGUÐIR HLUTAR – HURÐIR SEM SAURGAN

„*Þú skalt ekki færa neinn viðurstyggilegan hlut inn í hús þitt, svo að þú verðir ekki fyrir sömu bölvun og hann.*" — 5. Mósebók 7:26

**Falin færsla sem margir hunsa**

Ekki eru allar eigur bara eignir. Sumir hlutir bera með sér sögu. Aðrir bera með sér anda. Bölvaðir hlutir eru ekki bara skurðgoð eða gripir - þeir geta verið bækur, skartgripir, styttur, tákn, gjafir, föt eða jafnvel erfðagripir sem eitt sinn voru tileinkaðir myrkum öflum. Það sem er á hillunni þinni, úlnliðnum þínum, veggnum þínum - gæti verið einmitt inngangurinn að kvölum í lífi þínu.

**Alþjóðlegar athuganir**

- **Afríka** : Kalebassar, heillar minjar og armbönd tengd galdralæknum eða forfeðradýrkun.
- **Asía** : Verndargripir, stjörnumerkjastyttur og minjagripir úr musterum.
- **Rómönsku Ameríka** : Santería -hálsmen, dúkkur, kerti með áletrunum á anda.
- **Norður-Ameríka** : Tarotspil, Ouija-borð, draumafangarar, hryllingsminjagripir.
- **Evrópa** : Heiðnar minjar, dulspekibækur, fylgihlutir með nornþema.

Hjón í Evrópu upplifðu skyndilega veikindi og andlega kúgun eftir að hafa komið heim úr fríi á Balí. Þau höfðu keypt styttu sem hafði verið tileinkuð sjávarguði á staðnum, án þess að vita af því. Eftir bæn og íhugun fjarlægðu þau hlutinn og brenndu hann. Friðurinn sneri sér þegar í stað.

Önnur kona úr vitnisburði *Greater Exploits* greindi frá óútskýranlegum martraðir, þar til í ljós kom að hálsmen, sem frænku hennar hafði gefið, var í raun andlegt eftirlitstæki sem vígt var í helgidómi.

Þú þrífur ekki bara húsið þitt líkamlega - þú verður líka að þrífa það andlega.

**Vitnisburður: „Dúkkan sem fylgdist með mér"**

Lourdes Valdivia, sem við skoðuðum sögu sína frá Suður-Ameríku fyrr í dag, fékk einu sinni postulínsdúkku í fjölskylduhátíð. Móðir hennar hafði vígt hana í dulrænum athöfnum. Frá þeirri nótt sem hún var færð inn í herbergi hennar fór Lourdes að heyra raddir, upplifa svefnlömun og sjá verur á nóttunni.

Það var ekki fyrr en kristinn vinur baðst fyrir henni og Heilagur Andi opinberaði uppruna dúkkunnar að hún losnaði við hana. Strax hvarf hin djöfullega nærvera. Þetta hóf vakningu hennar — frá kúgun til frelsunar.

**Aðgerðaáætlun – Hús- og hjartaúttekt**

1. **Gakktu um öll herbergi** heimilis þíns með smurningarolíu og Orðinu.
2. **Biðjið Heilagan Anda** að draga fram hluti eða gjafir sem eru ekki frá Guði.
3. **Brennið eða fargið** hlutum sem tengjast dulspeki, skurðgoðadýrkun eða siðleysi.
4. **Lokaðu öllum dyrum** með ritningargreinum eins og:
   - *Fimmta Mósebók 7:26*
   - *Postulasagan 19:19*
   - *2. Korintubréf 6:16–18*

## Hópumræður og virkjun

- Deildu öllum hlutum eða gjöfum sem þú áttir áður sem höfðu óvenjuleg áhrif á líf þitt.
- Búið til „Gátlista fyrir heimilisþrif" saman.
- Fáið maka til að biðja í heimaumhverfi hvors annars (með leyfi).
- Bjóddu frelsunarpresti á staðnum að leiða spámannlega bæn um heimilishreinsun.

**Verkfæri fyrir þjónustuna:** Smurningarolía, tilbeiðslutónlist, ruslapokar (til að farga þeim) og eldföstur ílát fyrir hluti sem á að farga.

**Lykilinnsýn**
Það sem þú leyfir í þínu rými getur veitt anda heimild í lífi þínu.

**Hugleiðingardagbók**

- Hvaða hlutir á heimili mínu eða í fataskápnum eiga sér óljósan andlegan uppruna?
- Hef ég haldið í eitthvað vegna tilfinningalegs gildis sem ég þarf nú að sleppa?
- Er ég tilbúinn að helga rými mitt fyrir Heilagan Anda?

**Hreinsunarbæn**
*Drottinn Jesús, ég býð Heilagan Anda Þinn að afhjúpa allt í heimili mínu sem ekki er frá Þér. Ég afneita öllum bölvuðum hlutum, gjöfum eða hlutum sem voru bundnir myrkrinu. Ég lýsi heimili mitt heilaga jörð. Lát frið Þinn og hreinleika búa hér. Í nafni Jesú. Amen.*

# DAGUR 5: HEILLAÐUR OG BLEKKTUR — AÐ SLOSAST FRÁ SPÁKARANDANUM

„Þessir menn eru þjónar Guðs hins hæsta og boða fyrir oss veg hjálpræðisins." — *Postulasagan 16:17 (NKJV)*

„En Páll varð mjög reiður, sneri sér við og sagði við andann: ,Ég býð þér í nafni Jesú Krists að fara út af henni.' Og hann fór út á sömu stundu." — *Postulasagan 16:18*

Það er þunn lína á milli spádóms og spásagna — og margir í dag fara yfir hana án þess að vita af því.

Frá spámönnum á YouTube sem rukka fyrir „persónuleg orð" til tarotspámanna á samfélagsmiðlum sem vitna í ritningarvers, hefur heimurinn orðið að markaði andlegs hávaða. Og því miður drekka margir trúaðir óafvitandi úr menguðum lækjum.

Spádómsandi líkir eftir Heilögum **Anda**. Hann smjaðrar, tælir, stjórnar tilfinningum og fangar fórnarlömb sín í stjórnnet. Markmið hans? **Að flækja andlega, blekkja og hneppa í þrældóm.**

**Alþjóðlegar spádómstjáningar**

- **Afríka** – Spádómar, Ifá- prestar, vatnsandar, spámannleg svik.
- **Asía** – Handalesarar, stjörnuspekingar, forfeðraspámenn, endurfæðingar-„spámenn".
- **Rómönsku Ameríka** – Santeria-spámenn, galdramenn, dýrlingar með myrka krafta.
- **Evrópa** – Tarotspil, skyggnleiki, miðilshringir, nýaldarmiðlun.
- **Norður-Ameríka** – „kristnir" spámenn, tölufræði í kirkjum, englakort, andaleiðsögumenn dulbúnir sem heilagur andi.

Það sem er hættulegt er ekki bara það sem þeir segja — heldur **andinn** á bak við það.

**Vitnisburður: Frá skyggnum einstaklingi til Krists**

Bandarísk kona bar vitni á YouTube um hvernig hún fór frá því að vera „kristin spákona" yfir í að átta sig á því að hún starfaði undir anda spádóms. Hún byrjaði að sjá sýnir skýrt, gefa ítarleg spádómsorð og draga að sér mikinn mannfjölda á netinu. En hún barðist einnig við þunglyndi, martraðir og heyrði hvíslandi raddir eftir hverja meðferð.

Dag einn, þegar hún var að horfa á fyrirlestur um *Postulasöguna 16*, datt vogin af henni. Hún áttaði sig á því að hún hafði aldrei beitt sér fyrir heilögum anda – aðeins fyrir gjöf sinni. Eftir djúpa iðrun og frelsun eyddi hún englakortunum sínum og föstudagbók sem var full af helgisiðum. Í dag prédikar hún Jesú, ekki lengur „orð".

**Aðgerðaráætlun – Að prófa andana**

1. Spyrðu: Dregur þetta orð/gjöf mig að **Kristi** eða að **þeim sem** gefur það?
2. Prófið sérhvern anda með *1. Jóhannesarbréfi 4:1–3*.
3. Iðrast allrar þátttöku í sálfræðilegum, dulspekilegum eða fölsuðum spádómlegum iðkunum.
4. Rjúfið öll sálartengsl við falsspámenn, spásagnamenn eða galdrakennara (jafnvel á netinu).
5. Lýstu því yfir með djörfung:

„Ég hafna öllum lygaöndum. Ég tilheyri Jesú einum. Eyru mín eru stillt á rödd hans!"

**Hópumsókn**

- Ræðið: Hefur þú einhvern tíma fylgt spámanni eða andlegum leiðsögumanni sem síðar reyndist rangur?
- Hópæfing: Leiðið meðlimi til að afneita ákveðnum iðkunum eins og stjörnuspeki, sálarlestri, spaugileikjum eða andlegum áhrifavöldum sem ekki eru rótgróin í Kristi.
- Bjóðið Heilagan Anda: Gefið ykkur 10 mínútur til þagnar og hlustunar. Deilið síðan því sem Guð opinberar – ef eitthvað er.

- Brenndu eða eyddu stafrænum/áþreifanlegum hlutum sem tengjast spádómum, þar á meðal bókum, forritum, myndböndum eða glósum.

**Verkfæri þjónustunnar:**
Frelsunarolía, kross (tákn undirgefni), ruslatunna/fötu til að farga táknrænum hlutum, tilbeiðslutónlist sem miðast við Heilagan Anda.

**Lykilinnsýn**
Ekki er allt yfirnáttúrulegt frá Guði. Sannar spádómar spretta af nánu sambandi við Krist, ekki af stjórnun eða sjónarspili.

**Hugleiðingardagbók**

- Hef ég einhvern tímann laðast að andlegum eða meðferðarlegum andlegum iðkunum?
- Er ég háður „orðum" frekar en orði Guðs?
- Hvaða röddum hef ég gefið aðgang sem þarf nú að þagga niður?

**BÆN UM FRELSUN**
Faðir, ég lýsi yfir samstöðu minni við alla spádómsanda, stjórnun og falsa spádóma. Ég iðrast þess að leita leiðsagnar án raddar þinnar. Hreinsaðu huga minn, sál mína og anda minn. Kenn mér að ganga eingöngu í Anda þínum. Ég loka öllum dyrum sem ég opnaði fyrir dulspeki, meðvitað eða ómeðvitað. Ég lýsi því yfir að Jesús er hirðir minn og ég heyri aðeins rödd hans. Í máttugu nafni Jesú, amen.

# DAGUR 6: AUGNHLÍÐIN – AÐ LOKA MYRKURHLIÐIN

„Augað er lampi líkamans, ef augu þín eru heil, mun allur líkami þinn vera bjartur."
— *Matteus 6:22 (NIV)*

„Ég mun ekkert illt setja fyrir augu mín..." — *Sálmur 101:3 (KJV)*

Í andlega heiminum **eru augu þín hlið**. Það sem kemur inn um augun hefur áhrif á sál þína — hvort það er hreinleiki eða mengun. Óvinurinn veit þetta. Þess vegna hafa fjölmiðlar, myndir, klám, hryllingsmyndir, dulræn tákn, tískustraumar og freistandi efni orðið að vígvöllum.

Stríðið um athygli þína er stríð um sál þína.

Það sem margir telja „skaðlausa skemmtun" er oft dulkóðað boð — til girndar, ótta, stjórnun, drambs, hégómagirndar, uppreisnar eða jafnvel djöfullegrar tilfinningar.

**Alþjóðleg hlið sjónræns myrkurs**

- **Afríka** – Kvikmyndir með helgisiðum, þemu frá Nollywood sem staðla galdra og fjölkvæni.
- **Asía** – Anime og manga með andlegum gáttum, lokkandi öndum og geimferðum.
- **Evrópa** – Gotnesk tískustíll, hryllingsmyndir, vampíruáhugi, djöfulsins list.
- **Rómönsku Ameríka** – Telenovelas sem vegsama galdra, bölvanir og hefnd.
- **Norður-Ameríka** – Almennir fjölmiðlar, tónlistarmyndbönd, klám, „sætar" djöfullegar teiknimyndir.

Það sem þú horfir stöðugt á, verður þú ónæmur fyrir.

**Sagan: „Teiknimyndin sem bölvaði barninu mínu"**

Móðir frá Bandaríkjunum tók eftir því að fimm ára gamalt barn hennar byrjaði að öskra á nóttunni og teikna óþægilegar myndir. Eftir bæn benti Heilagur Andi henni á teiknimynd sem sonur hennar hafði verið að horfa á í leyni — eina fulla af galdrum, talandi öndum og táknum sem hún hafði ekki tekið eftir.

Hún eyddi þáttunum og smurði heimili sitt og skjái. Eftir nokkrar nætur með miðnæturbænum og Sálmi 91 hættu árásunum og drengurinn fór að sofa friðsamlega. Hún leiðir nú stuðningshóp sem hjálpar foreldrum að gæta sjónrænna hliða barna sinna.

**Aðgerðaráætlun – Hreinsun augnhliðsins**

1. Gerðu **fjölmiðlaúttekt** : Hvað ertu að horfa á? Lesa? Skruna?
2. Hætta við áskriftir eða vettvangi sem næra hold þitt í stað trúar þinnar.
3. Smyrjið augu ykkar og skjól og segið frá Sálm 101:3.
4. Skiptu út rusli fyrir guðrækilegt efni — heimildarmyndir, tilbeiðslu, hreina skemmtun.
5. Lýsa yfir:

„Ég mun engan ógeðfelldan hlut setja fyrir augu mín. Sýn mín tilheyrir Guði."

**Hópumsókn**

- Áskorun: 7 daga Eye Gate Fast — ekkert eitrað efni, engin aðgerðalaus skrunun.
- Deila: Hvaða efni hefur Heilagur Andi sagt þér að hætta að horfa á?
- Æfing: Leggðu hendur yfir augu þín og hafnaðu allri saurgun með sjónrænum sýnum (t.d. klámi, hryllingi, hégóma).
- Verkefni: Bjóða meðlimum að eyða forritum, brenna bækur eða farga hlutum sem spilla sjón þeirra.

**Verkfæri**: Ólífuolía, ábyrgðarforrit, skjáhvílur úr ritningargreinum, bænakort með augnhliði.

**Lykilinnsýn**

Þú getur ekki gengið yfir illa anda ef þú lætur þá skemmta þér.
**Hugleiðingardagbók**

- Hvað gef ég augunum mínum að borða sem gæti verið að næra myrkrið í lífi mínu?
- grét ég síðast yfir því sem brýtur hjarta Guðs?
- Hef ég gefið Heilögum Anda fulla stjórn á skjátíma mínum?

**Bæn um hreinleika**
*Drottinn Jesús, ég bið um að blóð þitt skoli yfir augu mín. Fyrirgefðu mér það sem ég hef leyft inn í gegnum skjái mína, bækur og ímyndunarafl. Í dag lýsi ég því yfir að augu mín eru fyrir ljós, ekki myrkur. Ég hafna hverri mynd, girnd og áhrifum sem ekki eru frá þér. Hreinsaðu sál mína. Varðveittu augnaráð mitt. Og láttu mig sjá það sem þú sérð - í heilagleika og sannleika. Amen.*

# DAGUR 7: KRAFTURINN Á BAK VIÐ NÖFN — AÐ AFNEITA ÓHEILÖGUM SJÁLFSMYNDUM

„Og Jabes ákallaði Guð Ísraels og sagði: ‚Ó, að þú blessir mig sannarlega ...'. Og Guð veitti honum það, sem hann bað um."
— *1. Kroníkubók 4:10*

„Þú skalt ekki lengur heita Abram, heldur Abraham ..." — 1. *Mósebók 17:5*

Nöfn eru ekki bara merkimiðar – þau eru andlegar yfirlýsingar. Í ritningunum endurspegluðu nöfn oft örlög, persónuleika eða jafnvel fjötra. Að nefna eitthvað er að gefa því sjálfsmynd og stefnu. Óvinurinn skilur þetta – þess vegna eru margir óafvitandi fastir undir nöfnum sem eru gefin í fáfræði, sársauka eða andlegri fjötra.

Rétt eins og Guð breytti nöfnum (Abram í Abraham, Jakob í Ísrael, Saraí í Söru), breytir hann enn örlögum með því að endurnefna fólk sitt.

**Alþjóðlegt samhengi nafnafjötra**

- **Afríka** – Börn nefnd eftir látnum forfeðrum eða skurðgoðum („Ogbanje", „Dike", „Ifunanya" tengd merkingu).
- **Asía** – Endurholdgunarnöfn tengd karmískum hringrásum eða guðum.
- **Evrópa** – Nöfn sem eiga rætur að rekja til heiðins eða galdraarfs (t.d. Freyja, Þór, Merlín).
- **Rómönsku Ameríka** – Nöfn undir áhrifum frá Santeria, sérstaklega í gegnum andlegar skírnir.
- **Norður-Ameríka** – Nöfn tekin úr poppmenningu, uppreisnarhreyfingum eða vígslu forfeðra.

Nöfn skipta máli — og þau geta borið með sér kraft, blessun eða fjötra.

**Saga: „Af hverju ég þurfti að endurnefna dóttur mína"**

Í bókinni *Greater Exploits 14* nefndi nígerískt par dóttur sína „Amaka", sem þýðir „falleg", en hún þjáðist af sjaldgæfum sjúkdómi sem ruglaði lækna. Á spádómsfundi fékk móðirin opinberun: nafnið var eitt sinn notað af amma hennar, galdralækni, en andi hans krafðist nú barnsins.

Þau breyttu nafni hennar í „ Oluwatamilore " (Guð hefur blessað mig) og fylgdu fastanir og bænir. Barnið náði sér að fullu.

Annað mál frá Indlandi snerist um mann að nafni „Karma" sem glímdi við kynslóðabölvanir. Eftir að hafa sagt skilið við hindúatengsl og breytt nafni sínu í „Jonathan" fór hann að upplifa byltingarkennda fjárhagslega og heilsufarslega.

**Aðgerðaráætlun – Rannsókn á nafni þínu**

1. Rannsakaðu alla merkingu nafnanna þinna — fornafn, millinafn, eftirnafn.
2. Spyrjið foreldra eða öldunga hvers vegna þið hafið fengið þessi nöfn.
3. Afsalaðu þér neikvæðum andlegum merkingum eða vígsluverkum í bæn.
4. Lýstu yfir guðdómlegri sjálfsmynd þinni í Kristi:

„Ég er nefndur eftir nafni Guðs. Nafn mitt er ritað á himnum (Opinberunarbókin 2:17)."

**HÓPÞÁTTTAKA**

- Spyrjið meðlimi: Hvað þýðir nafnið ykkar? Hefur ykkur dreymt um það?
- Gerðu „nafngiftarbæn" – þar sem þú lýstir yfir í spádómlegum skilningi hvers og eins er.
- Leggðu hendur yfir þá sem þurfa að slíta sig frá nöfnum sem eru tengd sáttmálum eða fjötrum forfeðra.

**Verkfæri:** Prenta nafnamerkingarkort, koma með smurningarolíu, nota ritningarvers um nafnabreytingar.

**Lykilinnsýn**

Þú getur ekki gengið fram í þinni sönnu sjálfsmynd á meðan þú svarar samt fölsku sjálfsmynd.

**Hugleiðingardagbók**

- Hvað þýðir nafnið mitt — andlega og menningarlega?
- Finnst mér ég vera í samræmi við nafnið mitt eða í andstöðu við það?
- Hvaða nafni kallar himinninn mig?

**Bæn um nafnbreytingu**

*Faðir, í nafni Jesú þakka ég þér fyrir að gefa mér nýja sjálfsmynd í Kristi. Ég brýt hverja bölvun, sáttmála eða djöfullega tengingu sem tengist nöfnum mínum. Ég afneita hverju nafni sem er ekki í samræmi við vilja þinn. Ég tek á móti nafninu og sjálfsmyndinni sem himinninn hefur gefið mér - fullum krafti, tilgangi og hreinleika. Í nafni Jesú, amen.*

# DAGUR 8: AÐ AFHJÁLA FALSLJÓS — NÝJA ÖLDARGILDRUR OG ENGLABLEIKIR

„O*g það er ekki undarlegt! Því að Satan sjálfur tekur á sig ljósengilsmynd.*"
— 2. Korintubréf 11:14

„*Þér elskaðir, trúið ekki hverjum anda, heldur reynið andana, hvort þeir séu frá Guði...*" — 1. Jóhannesarbréf 4:1

Ekki er allt sem glóar Guð.

Í nútímaheiminum leitar sífellt fleiri eftir „ljósi", „lækningu" og „orku" utan orðs Guðs. Þeir leita til hugleiðslu, jóga-altara, virkjunar þriðja augans, forfeðrauppköllunar, tarotspáa, tunglsiða, englamiðlunar og jafnvel kristinnar dulspeki. Blekkingin er sterk því hún kemur oft með friði, fegurð og krafti – í fyrstu.

En á bak við þessar hreyfingar eru spádómsandar, falskir spádómar og fornir guðir sem bera ljósgrímu til að fá löglegan aðgang að sálum fólks.

**Alþjóðleg útbreiðsla falsks ljóss**

- **Norður-Ameríka** – Kristallar, hreinsun með salvíu, lögmál aðdráttaraflsins, miðill, ljóskóðar geimvera.
- **Evrópa** – Endurnefnt heiðni, gyðjudýrkun, hvítir galdrar, andlegar hátíðir.
- **Rómönsku Ameríka** – Santeria blandað saman við kaþólska dýrlinga og andaverur (curanderos).
- **Afríka** – Spádómlegar eftirlíkingar með englaölturum og helgisiðavatni.
- **Asía** – Orkustöðvar, jóga „uppljómun", endurfæðingarráðgjöf, musterisandar.

Þessar iðkanir geta boðið upp á tímabundið „ljós" en þær myrkva sálina með tímanum.

**Vitnisburður: Frelsun frá ljósinu sem blekkti**

Frá *Greater Exploits 14* hafði Mercy (Bretland) sótt englanámskeið og iðkað „kristin" hugleiðslu með reykelsi, kristöllum og englakortum. Hún trúði því að hún væri að fá aðgang að ljósi Guðs en fór fljótlega að heyra raddir í svefni og finna fyrir óútskýrðum ótta á nóttunni.

Frelsun hennar hófst þegar einhver gaf henni *The Jameses Exchange að gjöf* og hún áttaði sig á líktinni milli reynslu sinnar og reynslu fyrrverandi satanistans sem talaði um blekkingar engla. Hún iðraðist, eyddi öllum dulrænum hlutum og beiðst fulla frelsunarbæna.

Í dag ber hún djarflega vitni gegn blekkingum nýaldarinnar í kirkjum og hefur hjálpað öðrum að hafna svipuðum leiðum.

**Aðgerðaráætlun – Að prófa andana**

1. **Gerðu grein fyrir venjum þínum og trú** — Eru þær í samræmi við Ritninguna eða finnst þér þær bara andlegar?
2. **Afsalaðu þér og eyðileggðu** allt efni sem tengist fölsku ljósi: kristöllum, jógahandbókum, englakortum, draumafangurum o.s.frv.
3. **Biddu Sálm 119:105** — biddu Guð um að gera orð hans að einu ljósi þínu.
4. **Lýstu stríði gegn ruglingi** — bindum kunningjaanda og falskar opinberanir.

# HÓPUMSÓKN

- **Ræðið** : Hefur þú eða einhver sem þú þekkir laðast að „andlegum" iðkunum sem snúast ekki um Jesú?
- **Hlutverkaleikur um greiningu** : Lesið brot úr „andlegum" orðum (t.d. „Treystið alheiminum") og berið þau saman við Ritninguna.
- **Smurning og frelsunarfundur** : Brjótið ölturu fyrir falsku ljósi og skipta þeim út fyrir sáttmála við *ljós heimsins* (Jóhannes 8:12).

**Verkfæri ráðuneytisins :**

- Komdu með raunverulega nýaldarmuni (eða myndir af þeim) til kennslu með hlutum.
- Biðjið fram bæn um frelsun gegn öndum sem lifa í heimi (sjá Postulasöguna 16:16–18).

**Lykilinnsýn**

Hættulegasta vopn Satans er ekki myrkur - það er falsað ljós.

**Hugleiðingardagbók**

- Hef ég opnað andlegar dyr með „ljóskenndum" kenningum sem ekki eru rótgróin í Ritningunni?
- Treysti ég á Heilagan Anda eða á innsæi og orku?
- Er ég tilbúinn að láta af öllum myndum falskrar andlegrar trúar fyrir sannleika Guðs?

## BÆN UM AFSÖGN

**Faðir** , ég iðrast allra þeirra leiða sem ég hef skemmt mér með eða tengst falsku ljósi. Ég afneita öllum gerðum nýaldar, galdra og blekkjandi andlegrar trúar. Ég slít öll sálartengsl við englasvikara, andaleiðbeinendur og falskar opinberanir. Ég tek á móti Jesú, hinu sanna ljósi heimsins. Ég lýsi því yfir að ég mun ekki fylgja engri rödd nema þinni, í nafni Jesú. Amen.

# DAGUR 9: BLÓÐALTARIÐ — SÁTTAR SEM KREFJA LÍFS

„*Og þeir reistu fórnarhæðir Baals ... til að láta sonu sína og dætur ganga gegnum eldinn fyrir Mólok.*" — Jeremía 32:35

„*Og þeir sigruðu hann fyrir blóð lambsins og fyrir orð vitnisburðar síns ...*" — Opinberunarbókin 12:11

Það eru altari sem biðja ekki bara um athygli þína - þau krefjast blóðs þíns.

Frá örófi alda til dagsins í dag hafa blóðsáttmálar verið kjarninn í myrkraríkinu. Sumir eru gerðir meðvitað með galdra, fóstureyðingum, helgisiðadrápum eða dulrænum vígslum. Aðrir eru erfðir í gegnum forfeðralegar iðkanir eða óafvitandi tengdir saman vegna andlegrar fáfræði.

Hvar sem saklaust blóð er úthellt — hvort sem er í helgidómum, svefnherbergjum eða fundarherbergjum — talar djöfullegt altari.

Þessi altari krefjast mannslífa, stytt örlög og skapa lagalegan grundvöll fyrir plágu illra anda.

**Alþjóðleg blóðaltari**

- **Afríka** – Trúarleg morð, peningaathafnir, barnafórnir, blóðsáttmálar við fæðingu.
- **Asía** – Blóðfórnir í musterinu, fjölskyldubölvanir með fóstureyðingum eða stríðseiðum.
- **Rómönsku Ameríka** – Santeria-dýrafórnir, blóðfórnir til anda hinna látnu.
- **Norður-Ameríka** – Hugmyndafræði um fóstureyðingar sem sakramenti, djöfulleg blóðeiðsbræðralög.
- **Evrópa** – Fornar Drúída- og frímúraraathafnir, blóðsúthellingaraltari frá síðari heimsstyrjöldinni hafa enn ekki iðrast.

Þessir sáttmálar, nema þeir séu rofnir, halda áfram að krefjast mannslífa, oft í lotum.

**Sönn saga: Fórn föður**

Í bókinni *Delivered from the Power of Darkness* uppgötvar kona frá Mið-Afríku á meðan hún var í frelsunarmeðferð að tíðar snertingar hennar við dauðann tengdust blóðeiði sem faðir hennar hafði svarið. Hann hafði lofað henni lífi í skiptum fyrir auð eftir ára ófrjósemi.

Eftir að faðir hennar lést fór hún að sjá skugga og upplifa nærri banvæn slys á hverju afmælisdegi sínum. Byrjun hennar kom þegar hún var látin lýsa yfir Sálm 118:17 — „*Ég mun ekki deyja heldur lifa...*" — yfir sjálfri sér daglega, og síðan fylgdi röð af afneitunarbænum og föstu. Í dag leiðir hún öfluga fyrirbænaþjónustu.

Önnur frásögn úr *Greater Exploits 14* lýsir manni í Rómönsku Ameríku sem tók þátt í glæpagengi sem fól í sér blóðsúthellingar. Árum síðar, jafnvel eftir að hafa tekið við Kristi, var líf hans í stöðugu uppnámi - þar til hann braut blóðsáttmálann með langri föstu, opinberri játningu og vatnsskírn. Kvölin hætti.

**Aðgerðaáætlun – Þöggun blóðaltaranna**

1. **Iðrast** allra fóstureyðinga, blóðsúthellinga um dulspeki eða erfðafræðilegra blóðsúthellinga.
2. **Afneitaðu** öllum þekktum og óþekktum blóðsáttmálum upphátt með nafni.
3. **Fastið í þrjá daga** með daglegri kvöldmáltíð og lýsið yfir blóði Jesú sem lögmætri skjólu ykkar.
4. **Lýstu upphátt** :

„*Með blóði Jesú brýt ég alla blóðsáttmála sem gerðir eru fyrir mína hönd. Ég er endurleystur!*"

# HÓPUMSÓKN

- Ræðið muninn á náttúrulegum blóðböndum og sáttmálum djöfulsins um blóð.

- Notið rauðan borða/þráð til að tákna blóðaltari og skæri til að klippa þau spámannlega.
- Bjóddu við vitnisburði frá einhverjum sem hefur losnað úr blóðtengdum fjötrum.

**Verkfæri ráðuneytisins :**

- Samfélagsþættir
- Smurningarolía
- Yfirlýsingar um frelsun
- Sjónrænt altarisbrot með kertaljósi ef mögulegt er

**Lykilinnsýn**
Satan verslar með blóð. Jesús borgaði of mikið fyrir frelsi þitt með sínu.

**Hugleiðingardagbók**

- Hef ég eða fjölskylda mín tekið þátt í einhverju sem fól í sér blóðsúthellingar eða eiða?
- Eru endurtekin dauðsföll, fósturlát eða ofbeldisfull mynstur í ættlínu minni?
- Hef ég treyst því fullkomlega að blóð Jesú tali hærra um líf mitt?

**Bæn um frelsun**
**Drottinn Jesús** , ég þakka þér fyrir dýrmætt blóð þitt sem talar betri hluti en blóð Abels. Ég iðrast allra blóðsáttmála sem ég eða forfeður mínir gerðu, meðvitað eða ómeðvitað. Ég afneita þeim nú. Ég lýsi því yfir að ég er þakinn blóði lambsins. Lát hvert djöfullegt altari sem krefst lífs míns þagnað og sundrað. Ég lifi vegna þess að þú dóst fyrir mig. Í nafni Jesú, amen.

# DAGUR 10: ÓFRJÓSTUR OG SVIÐUR — ÞEGAR MÓÐURINN VERÐUR AÐ VÍGVÖLLUM

„*Enginn skal fósturláta né vera ófrjór í landi þínu, ég mun uppfylla tölu daga þinna.*" — 2. Mósebók 23:26
„*Hann gefur barnlausri konu fjölskyldu, gerir hana að hamingjusömri móður. Lofa sé Drottin!*" — Sálmur 113:9

Ófrjósemi er meira en bara læknisfræðilegt vandamál. Hún getur verið andleg vígi sem á rætur sínar að rekja til djúpstæðra tilfinningalegra, forfeðralegra og jafnvel landhelgisátaka.

Óvinurinn notar ófrjósemi um alla þjóðir til að skammast sín, einangra og eyðileggja konur og fjölskyldur. Þó að sumar orsakir séu lífeðlisfræðilegar eru margar djúpstætt andlegar — tengdar kynslóðaölturum, bölvunum, andalegum mökum, misheppnuðum örlögum eða sárum á sálinni.

Að baki hverri ófrjósamri móðurkviði býr himinninn yfir loforði. En oft er stríð sem verður að heyja fyrir getnað — í móðurkviði og í anda.

**Alþjóðleg mynstur ófrjósemi**

- **Afríka** – Tengd fjölkvæni, bölvunum forfeðranna, helgidómssáttmálum og andabörnum.
- **Asía** – Karma-trú, heit frá fyrri lífi, bölvanir kynslóða, skammarmenning.
- **Rómönsku Ameríka** – Lokun móðurkviðar af völdum galdra, öfundargaldrar.
- **Evrópa** – of háð glasafrjóvgun, frímúrarareglan fórnir barna, sektarkennd vegna fóstureyðinga.
- **Norður-Ameríka** – Tilfinningalegt áfall, sár á sál, fósturlát, hormónabreytandi lyf.

# RAUNVERULEGAR SÖGUR – frá tárum til vitnisburða
### María frá Bólivíu (Latín-Ameríku)

María hafði misst fóstur fimm sinnum. Í hvert skipti dreymdi hana um að halda á grátandi barni og sjá svo blóð morguninn eftir. Læknar gátu ekki útskýrt ástand hennar. Eftir að hafa lesið vitnisburð í *Greater Exploits* áttaði hún sig á því að hún hafði erft fjölskyldualtari ófrjósemi frá ömmu sinni sem hafði helgað öll kvenleg móðurkvið staðbundnum guði.

Hún fastaði og bar fram Sálm 113 í 14 daga. Prestur hennar leiddi hana til að brjóta sáttmálann með kvöldmáltíðinni. Níu mánuðum síðar fæddi hún tvíbura.

### Ngozi frá Nígeríu (Afríku).

Ngozi hafði verið gift í 10 ár án barns. Í bænum um frelsun kom í ljós að hún hafði verið gift í andaheiminum sjómanni. Í hverjum egglosarhring dreymdi hana kynferðislega drauma. Eftir röð miðnættisbæna um stríð og spámannlega athöfn þar sem hún brenndi giftingarhring sinn frá fyrri dulrænni vígslu, opnaðist leg hennar.

### Aðgerðaáætlun – Að opna móðurkviðinn

1. **Greinið rótina** – forfeðralega, tilfinningalega, hjúskaparlega eða læknisfræðilega.
2. **Iðrun fyrri fóstureyðinga**, sálutengsla, kynferðislegra synda og dulspekilegra vígslu.
3. **Smyrðu móðurlíf þitt daglega** og lestu 2. Mósebók 23:26 og Sálm 113.
4. **Fastaðu í þrjá daga** og taktu kvöldmáltíð daglega og hafnaðu öllum ölturum sem eru tengd móðurkviði þínum.
5. **Talaðu upphátt**:

*Móðir mín er blessuð. Ég hafna öllum sáttmála um ófrjósemi. Ég mun verða þunguð og bera til fulls með krafti heilags anda!*

**Hópumsókn**

- Bjóðið konum (og pörum) að deila byrðum tafa í öruggu og bænarríku rými.
- Notið rauða trefla eða klæði bundna um mittið — og leysið þá síðan upp sem spámannlegan tákn um frelsi.
- Leiðið spámannlega „nafngiftar"-athöfn — lýstið yfir börnum sem enn eiga eftir að fæðast fyrir trú.
- Brjótið niður orðabölvanir, menningarlega skömm og sjálfshatur í bænahringjum.

**Verkfæri ráðuneytisins:**

- Ólífuolía (smurir móðurkviði)
- Samfélag
- Möttlar/sjöl (tákn um huldu og nýjung)

**Lykilinnsýn**
Ófrjósemi er ekki endirinn — hún er köllun til stríðs, trúar og endurreisnar. Töf Guðs er ekki afneitun.

**Hugleiðingardagbók**

- Hvaða tilfinningaleg eða andleg sár eru tengd móðurkviði mínum?
- Hef ég leyft skömm eða beiskju að koma í stað vonar minnar?
- Er ég tilbúinn að takast á við rót vandans með trú og verki?

**Bæn um lækningu og getnað**
   **Faðir**, ég stend á orði þínu sem segir að enginn skuli vera ófrjór í landinu. Ég hafna hverri lygi, altari og anda sem er ætlað að hindra frjósemi mína. Ég fyrirgef sjálfum mér og öðrum sem hafa talað illt um líkama minn. Ég fæ lækningu, endurreisn og líf. Ég lýsi móðurkvið minn frjósaman og gleði mína fulla. Í nafni Jesú. Amen.

# DAGUR 11: SJÁLFSÓNÆMISRÖKANIR OG LANGVÖRN ÞREYTA — ÓSÝNILEGA STRÍÐIÐ INNRA

„*Hús sem er sundurleitt stendur ekki.*" — Matteus 12:25

„*Hann gefur hinum veiku kraft og þeim sem eru máttlausir eykur hann mátt.*" — Jesaja 40:29

Sjálfsofnæmissjúkdómar eru þar sem líkaminn ræðst á sjálfan sig - ruglar eigin frumum saman við óvini. Rauðar úlfar, iktsýki, MS-sjúkdómur, Hashimoto-sjúkdómur og fleiri falla undir þennan flokk.

Langvinn þreytuheilkenni (CFS), vefjagigt og aðrir óútskýrðir örmögnunarsjúkdómar skarast oft við sjálfsofnæmisvandamál. En umfram líffræðilega erfiðleika bera margir sem þjást af þeim tilfinningalega áföll, sár á sálinni og andlegar byrðar.

Líkaminn hrópar — ekki bara eftir lyfjum, heldur einnig eftir friði. Margir eru í innri stríði.

**Alþjóðlegt innsýn**

- **Afríka** – Fjölgun sjálfsofnæmissjúkdóma tengdum áföllum, mengun og streitu.
- **Asía** – Há tíðni skjaldkirtilssjúkdóma tengd kúgun forfeðra og skömarmenningu.
- **Evrópa og Ameríka** – Langvinn þreyta og kulnunarfaraldur vegna frammistöðudrifinnar menningar.
- **Rómönsku Ameríka** – Þjáningar fá oft ranga greiningu; fordómar og andlegar árásir vegna sundrunar sálarinnar eða bölvunar.

**Falin andleg rætur**

- **Sjálfshatur eða skömm** — að finnast maður „ekki nógu góður".
- **Fyrirgefningarleysi gagnvart sjálfum sér eða öðrum** — ónæmiskerfið hermir eftir andlegu ástandi.
- **Óunnin sorg eða svik** — opnar dyrnar að sálarþreytu og líkamlegu niðurbroti.
- **Galdraplága eða öfundarörvar** — notaðar til að tæma andlegan og líkamlegan styrk.

### Sannar sögur – bardagar háðir í myrkrinu
**Elena frá Spáni**
greindist með rauða úlfa eftir langt ofbeldissamband sem olli henni tilfinningalega niðurbroti. Í meðferð og bæn kom í ljós að hún hafði innrætt hatur og talið sig einskis virði. Þegar hún byrjaði að fyrirgefa sjálfri sér og horfast í augu við sár sálarinnar með Ritningunni, minnkuðu köstin til muna. Hún ber vitni um lækningarmátt Orðsins og hreinsun sálarinnar.

**James frá Bandaríkjunum**
James, öflugur framkvæmdastjóri fyrirtækja, féll niður af CFS eftir 20 ára stöðugt álag. Á meðan á frelsuninni stóð kom í ljós að kynslóðabölvun hvíldarlausrar baráttu hrjáði karlmenn í fjölskyldu hans. Hann gekk inn í hvíldartíma, bænahald og játningar og endurheimti ekki aðeins heilsu sína heldur einnig sjálfsmynd.

### Aðgerðaráætlun – Að lækna sálina og ónæmiskerfið

1. **Biðjið Sálm 103:1–5** upphátt á hverjum morgni — sérstaklega vers 3-5.
2. **Teldu upp innri skoðanir þínar** — hvað segir þú við sjálfan þig? Brjóttu lygarnar.
3. **Fyrirgefðu innilega** - sérstaklega sjálfum þér.
4. **Takið kvöldmáltíðina** til að endurstilla líkamssáttmálann — sjá Jesaja 53.
5. **Hvíl í Guði** — Hvíldardagurinn er ekki valfrjáls, hann er andleg barátta gegn útbruna.

*Ég lýsi því yfir að líkami minn sé ekki óvinur minn. Sérhver fruma í mér mun samræmast guðlegri reglu og friði. Ég fæ styrk og lækningu Guðs.*

### Hópumsókn

- Látið meðlimi deila þreytumynstrum eða tilfinningalegri örmögnun sem þeir fela.
- Gerðu „sálareyðingaræfingu" - skrifaðu niður byrðar og brenndu þær síðan eða jarðaðu þær á táknrænan hátt.
- Leggðu hendur yfir þá sem þjást af sjálfsofnæmiseinkennum; boðaðu jafnvægi og frið.
- Hvetjið til 7 daga dagbókarskrifa um tilfinningalegar kveikjur og græðandi ritningarvers.

### Verkfæri ráðuneytisins:

- Ilmkjarnaolíur eða ilmandi smurning til hressingar
- Dagbækur eða minnisblokkir
- Hljóðrás hugleiðslu úr Sálmi 23

### Lykilinnsýn

Það sem ræðst á sálina birtist oft í líkamanum. Heilun verður að flæða innan frá og út.

### Hugleiðingardagbók

- Finn ég fyrir öryggi í eigin líkama og hugsunum?
- Er ég að bera með mér skömm eða kenna öðrum um vegna fyrri mistaka eða áfalla?
- Hvað get ég gert til að byrja að heiðra hvíld og frið sem andlegar iðkanir?

### Bæn um endurreisn

**Drottinn Jesús**, þú ert læknirinn minn. Í dag hafna ég hverri lygi um að ég sé brotinn, óhreinn eða dæmdur. Ég fyrirgef sjálfum mér og öðrum. Ég blessa hverja frumu í líkama mínum. Ég fæ frið í sál minni og jafnvægi í ónæmiskerfi mínu. Fyrir þínar benjar er ég læknaður. Amen.

# DAGUR 12: FLOFAGEISLA OG ANDLEGAR KVÆLINGAR — ÞEGAR HUGINN VERÐUR AÐ BARÁTTASVÆÐI

„Drottinn, miskunna þú syni mínum, því að hann er geðsjúkur og mjög hrjáður, því oft fellur hann í eld og oft í vatn." — Matteus 17:15
„Guð gaf oss ekki anda ótta, heldur anda máttar, kærleika og stillingar." — 2. Tímóteusarbréf 1:7

Sumar kvalir eru ekki bara læknisfræðilegar — þær eru andleg vígvöllur dulbúinn sem sjúkdómur.

Flogaveiki, flog, geðklofi, geðhvarfasýki og hugræn kvöl eiga sér oft ósýnilegar rætur. Þótt lyfjameðferð eigi sinn stað er dómgreind mikilvæg. Í mörgum frásögnum Biblíunnar voru flog og geðræn árás afleiðing kúgunar illra anda.

Nútímasamfélag lyfjar það sem Jesús *rekur oft út*.

**Alþjóðlegur veruleiki**

- **Afríka** – Flogaköst eru oft rakin til bölvana eða forfeðraanda.
- **Asía** – Flogaveikifólk er oft falið vegna skammar og andlegrar fordóma.
- **Rómönsku Ameríka** – Geðklofi tengdur kynslóðatengdum galdrum eða aflýstum köllum.
- **Evrópa og Norður-Ameríka** – Ofgreining og oflyfjameðferð dylur oft undirrót djöfullegra illra anda.

**Raunverulegar sögur – frelsun í eldinum**
**Musa frá Norður-Nígeríu**

Músa hafði fengið flogaköst frá barnæsku. Fjölskylda hans reyndi allt — allt frá innfæddum læknum til kirkjubæna. Dag einn, á meðan á frelsunarathöfn stóð, opinberaði andinn að afi Músa hafði boðið honum fram í galdraskipti. Eftir að hafa rofið sáttmálann og smurt hann fékk hann aldrei aftur flogaköst.

**Daníel frá Perú**

Daníel greindist með geðhvarfasýki og átti í erfiðleikum með ofsafengna drauma og raddir. Hann uppgötvaði síðar að faðir hans hafði tekið þátt í leynilegum satanískum helgisiðum í fjöllunum. Bænir um frelsun og þriggja daga fasta færðu skýrari tón. Raddirnar hættu. Í dag er Daníel rólegur, endurnærður og býr sig undir þjónustu.

**Merki til að fylgjast með**

- Endurteknir flogaköst án þekktrar taugafræðilegrar orsakar.
- Raddir, ofskynjanir, ofbeldis- eða sjálfsvígshugsanir.
- Tíma- eða minnistap, óútskýranlegur ótti eða líkamsköst við bæn.
- Fjölskyldumynstur geðveiki eða sjálfsvígs.

**Aðgerðaáætlun – Að taka vald yfir huganum**

1. **Iðrast allra þekktra dulrænna tengsla, áfalla eða bölvana.**
2. **Leggðu hendur á höfuð þér daglega og lýsðu yfir heilbrigðum hug (2. Tímóteusarbréf 1:7).**
3. **Fastaðu og biðjið yfir hugbindandi öndum.**
4. **Brjóta eiða, vígsluheit eða bölvanir forfeðranna.**
5. **Ef mögulegt er, taktu þátt með sterkum bænafélaga eða frelsunarteymi.**

*Ég hafna öllum anda kvala, flogs og ruglings. Ég fæ heilbrigðan hug og stöðugar tilfinningar í nafni Jesú!*

**Hópþjónusta og umsókn**

- Greinið fjölskyldumynstur geðsjúkdóma eða floga.
- Biðjið fyrir þeim sem þjást — notið smurningarolíu á ennið.

- Látið fyrirbænendur ganga um herbergið og kalla: „Friður, verið kyrr!" (Markús 4:39)
- Bjóðið þeim sem fyrir áhrifum eru að brjóta munnleg samkomulög: „Ég er ekki geðveikur. Ég er læknaður og heill."

**Verkfæri ráðuneytisins:**

- Smurningarolía
- Heilunaryfirlýsingarkort
- Tilbeiðslutónlist sem miðlar friði og sjálfsmynd

**Lykilinnsýn**
Ekki eru allar kvalir bara líkamlegar. Sumar eiga rætur sínar að rekja til fornra sáttmála og djöfullegra lagalegra forsendna sem þarf að taka á andlega.

**Hugleiðingardagbók**

- Hef ég einhvern tímann verið kvalinn í hugsunum mínum eða svefni?
- Eru einhverjar ógræddar áföll eða andlegar dyr sem ég þarf að loka?
- Hvaða sannleika get ég boðað daglega til að festa hugann í orði Guðs?

**Bæn um heilbrigði**
**Drottinn Jesús**, þú ert endurreisari huga míns. Ég afneita öllum sáttmálum, áföllum eða djöfullegum anda sem ráðast á heila minn, tilfinningar og skýrleika. Ég fæ lækningu og heilbrigðan huga. Ég lýsi því yfir að ég muni lifa og ekki deyja. Ég mun starfa af fullum krafti, í nafni Jesú. Amen.

# DAGUR 13: ANDINN AF ÓTTA — AÐ BRJÓTA BÚR ÓSÝNILEGRAR KVÍNARS

„*Því að Guð gaf oss ekki anda ótta, heldur anda máttar og kærleika og stillingar.*" — 2. Tímóteusarbréf 1:7

„*Ótti hefur kvöl í för með sér...*" — 1. Jóhannesarbréf 4:18

Ótti er ekki bara tilfinning — hann getur verið *andi*.

Hann hvíslar um mistök áður en þú byrjar. Hann magnar höfnun. Hann lamar tilgang. Hann lamar þjóðir.

Margir eru í ósýnilegum fangelsum sem óttinn hefur byggt: ótta við dauða, mistök, fátækt, fólk, veikindi, andlegan stríð og hið óþekkta.

Að baki mörgum kvíðaköstum, ofsakvíðaröskunum og órökréttum fælni liggur andlegt verkefni sem sent er til að **hlutleysa örlög**.

**Alþjóðlegar birtingarmyndir**

- **Afríka** – Ótti sem á rætur sínar að rekja til bölvana kynslóða, hefndaraðgerðir forfeðra eða bakslags vegna galdra.
- **Asía** – Menningarleg skömm, karmískur ótti, kvíði vegna endurfæðingar.
- **Rómönsku Ameríka** – Ótti við bölvanir, þjóðsögur úr þorpum og andlegar hefndaraðgerðir.
- **Evrópa og Norður-Ameríka** – Falinn kvíði, greindir sjúkdómar, ótti við árekstra, velgengni eða höfnun – oft andleg en stimpluð sem sálfræðileg.

**Raunverulegar sögur – Að afhjúpa grímuna**
**Sara frá Kanada**

Í mörg ár gat Sara ekki sofið í myrkri. Hún fann alltaf fyrir nærveru í herberginu. Læknar greindu það sem kvíða, en engin meðferð virkaði. Í netmeðferð kom í ljós að ótti frá barnæsku opnaði dyr að kvalandi anda í gegnum martröð og hryllingsmynd. Hún iðraðist, hafnaði óttanum og skipaði honum að fara. Hún sefur nú í friði.

### Uche frá Nígeríu

Uche var kallaður til að prédika en í hvert skipti sem hann stóð frammi fyrir fólki fraus hann. Óttinn var óeðlilegur — hann kafnaði og lamaðist. Í bæn sýndi Guð honum bölvun sem kennari hafði mælt sem hæddist að rödd hans sem barn. Þetta orð myndaði andlega keðju. Þegar hann hafði rofnað fór hann að prédika af djörfung.

### Aðgerðaáætlun – Að sigrast á ótta

1. **Játið allan ótta með nafni** : „Ég afneita óttanum við [_____] í nafni Jesú."
2. **Lesið Sálm 27 og Jesaja 41 upphátt daglega.**
3. **Tilbiðjið þar til friður tekur við af ótta.**
4. **Hættið að nota ótta í fjölmiðlum — hryllingsmyndir, fréttir, slúður.**
5. **Lýstu daglega yfir** : „Ég er með heilbrigða hugsun. Ég er ekki þræll óttans."

### Umsókn hóps – Byrjun samfélagsins

- Spyrjið hópmeðlimi: Hvaða ótti hefur lamað ykkur mest?
- Skiptið ykkur í litla hópa og leiðið bænir um **afsögn** og **skiptingu** (t.d. ótti → djörfung, kvíði → sjálfstraust).
- Látið hvern og einn skrifa niður ótta og brenna hann sem spámannlega athöfn.
- Notið *smurningarolíu* og *játningar ritninganna* hvort um annað.

### Verkfæri ráðuncytisins:

- Smurningarolía
- Yfirlýsingarkort fyrir ritningarvers
- Tilbeiðslulag: „Ekki lengur þrælar" eftir Bethel

**Lykilinnsýn**

Ótti sem er umborinn er **mengaður af trú** .

Þú getur ekki verið djarfur og hræddur á sama tíma - veldu djörfung.

**Hugleiðingardagbók**

- Hvaða ótti hefur fylgt mér frá barnæsku?
- Hvernig hefur ótti haft áhrif á ákvarðanir mínar, heilsu eða sambönd?
- Hvað myndi ég gera öðruvísi ef ég væri algjörlega frjáls?

**Bæn um frelsi frá ótta**

**Faðir** , ég afneita anda óttans. Ég loka öllum dyrum sem gáfu óttanum aðgang vegna áfalla, orða eða synda. Ég móttek anda kraftar, kærleika og heilbrigðs hugar. Ég lýsi yfir hugrekki, friði og sigri í nafni Jesú. Ótti á ekki lengur heima í lífi mínu. Amen.

# DAGUR 14: SATANÍSK MERKI — AÐ AFÞRÝMA ÓHEILAGA MERKIÐ

„*Héðan í frá skal enginn angra mig, því að ég ber á líkama mínum merki Drottins Jesú.*" – Galatabréfið 6:17

„*Þeir skulu leggja nafn mitt yfir Ísraelsmenn, og ég mun blessa þá.*" – 4. Mósebók 6:27

Mörg örlög eru hljóðlega *mörkuð* í andlegum heiminum — ekki af Guði, heldur af óvininum.

Þessir satanísku merkingar geta komið fram sem undarleg líkamsmerki, draumar um húðflúr eða brennimerki, áföll, blóðrituali eða erfðaöltur. Sum eru ósýnileg - aðeins greinanleg með andlegri næmi - á meðan önnur birtast sem líkamleg merki, djöfulleg húðflúr, andleg brennimerki eða viðvarandi veikleikar.

Þegar einstaklingur er merktur af óvininum getur hann upplifað:

- Stöðug höfnun og hatur án ástæðu.
- Endurteknar andlegar árásir og stíflur.
- Ótímabært dauða eða heilsufarskreppur á ákveðnum aldri.
- Að vera rakinn í andanum — alltaf sýnilegur myrkrinu.

Þessi merki virka sem *lögleg skilti* sem veita myrkum öndum leyfi til að kvelja, tefja eða fylgjast með.

En blóð Jesú **hreinsar** og **endurnýjar vörumerkið**.

**Alþjóðlegar tjáningar**

- **Afríka** – Ættbálkamerki, skurðir vegna helgisiða, ör eftir dulspekivígslu.
- **Asía** – Andleg innsigli, tákn forfeðranna, karmísk merki.

- **Rómönsku Ameríka** – Brujeria (galdra) vígslumerki, fæðingarmerki notuð í helgisiðum.
- **Evrópa** – Frímúrarareglumerki, húðflúr sem ákalla andaleiðbeinendur.
- **Norður-Ameríka** – Tákn nýaldar, húðflúr með helgisiðum sem misnota þá, brennimerki djöfulsins í gegnum dulræn sáttmála.

**Raunverulegar sögur – Kraftur endurnýjunar vörumerkja**
**Davíð frá Úganda**
Davíð stóð stöðugt frammi fyrir höfnun. Enginn gat útskýrt hvers vegna, þrátt fyrir hæfileika hans. Í bæn sá spámaður „andlegt X" á enni sér – merki frá athöfn í bernsku sem prestur í þorpinu framkvæmdi. Við frelsunina var merkið andlega afmáð með smurningarolíu og yfirlýsingum um blóð Jesú. Líf hans breyttist innan fárra vikna – hann giftist, fékk vinnu og varð æskulýðsleiðtogi.

**Sandra frá Brasilíu**
Sandra var með drekatattú eftir uppreisn sína á unglingsárunum. Eftir að hafa gefið líf sitt Kristi varð hún fyrir miklum andlegum árásum í hvert skipti sem hún fastaði eða baðst fyrir. Prestur hennar áttaði sig á að húðflúrið væri tákn djöfulsins sem tengdist því að fylgjast með öndum. Eftir iðrunarstund, bæn og innri lækningu lét hún fjarlægja húðflúrið og sleit sálartengslin. Martraðir hennar hættu samstundis.

**Aðgerðaáætlun – Afmáðu merkið**

1. **Biðjið Heilagan Anda** að opinbera öll andleg eða líkamleg merki í lífi ykkar.
2. **Iðrast** fyrir alla persónulega eða erfðabundna þátttöku í þeim helgisiðum sem leyfðu þeim það.
3. **Berið blóð Jesú** á líkama ykkar — enni, hendur, fætur.
4. **Rjúfið eftirlitsanda, sálartengsl og lagaleg réttindi** sem tengjast vörumerkjum (sjá ritningarvers hér að neðan).
5. **Fjarlægðu líkamleg húðflúr eða hluti** (eins og leiðbeint er) sem tengjast myrkum sáttmálum.

**Umsókn hóps – Endurnýjun vörumerkis í Kristi**

- Spyrjið hópmeðlimi: Hefur þú einhvern tímann dreymt um að vera brennimerktur/stimpluð?
- Leiðið bæn um **hreinsun og endurvígslu** Krists.
- Smyrjið enni ykkar með olíu og segið: „*Þið berið nú merki Drottins Jesú Krists.*"
- Slökkvið á eftirlitsandanum og endurskapið sjálfsmynd þeirra í Kristi.

**Verkfæri ráðuneytisins:**

- Ólífuolía (blessuð til smurningar)
- Spegill eða hvítur dúkur (táknræn þvottathöfn)
- Samfélag (innsigla nýja sjálfsmyndina)

**Lykilinnsýn**
Það sem er merkt í andanum **sést í andanum** — fjarlægðu það sem óvinurinn notaði til að merkja þig.

**Hugleiðingardagbók**

- Hef ég einhvern tíma séð undarleg merki, marbletti eða tákn á líkama mínum án útskýringa?
- Eru einhverjir hlutir, götun eða húðflúr sem ég þarf að afsala mér eða fjarlægja?
- Hef ég endurvígt líkama minn að fullu sem musteri heilags anda?

**Bæn um endurnýjun vörumerkis**
**Drottinn Jesús**, ég afneita hverju merki, sáttmála og vígslu sem gerð hefur verið í líkama mínum eða anda utan vilja þíns. Með blóði þínu afmá ég hvert djöfullegt merki. Ég lýsi því yfir að ég sé merktur fyrir Krist einan. Lát innsigli þitt um eignarhald vera á mér og lát alla eftirlitsanda missa af mér núna. Ég er ekki lengur sýnilegur myrkrinu. Ég geng frjáls - í nafni Jesú, amen.

# DAGUR 15: SPEGLARÍKIÐ — AÐ FLÓTTA ÚR FANGELSI HUGLEIKA

*Nú sjáum vér í gegnum spegil, í myrkri, en þá sjáum vér augliti til auglitis..."*
„ — 1. Korintubréf 13:12

„Þeir hafa augu, en sjá ekki, eyru, en heyra ekki..." — Sálmur 115:5–6

Í andaheiminum er **spegilheimur — staður** *fölsaðra sjálfsmynda*, andlegrar stjórnunar og dökkra speglana. Það sem margir sjá í draumum eða sýnum eru kannski ekki speglar frá Guði, heldur blekkingartæki frá myrkraríkinu.

Í dulspeki eru speglar notaðir til að **fanga sálir**, **fylgjast með lífi** eða **flytja persónuleika**. Í sumum frelsunarfundum segjast menn sjá sig „búa" á öðrum stað — inni í spegli, á skjá eða á bak við andlegan hulu. Þetta eru ekki ofskynjanir. Þetta eru oft satanísk fangelsi sem eru hönnuð til að:

- Sundraðu sálina
- Seinka örlögin
- Rugla saman sjálfsmynd
- Hýsa aðrar andlegar tímalínur

Markmiðið? Að skapa *falska útgáfu* af sjálfum sér sem lifir undir stjórn djöfulsins á meðan raunverulegt sjálf þitt lifir í ruglingi eða ósigri.

**Alþjóðlegar tjáningar**

- **Afríka** – Speglagaldrar notaðir af galdramönnum til að fylgjast með, fella eða ráðast á.
- **Asía** – Sjamanar nota vatnsskálar eða slípaða steina til að „sjá" og kalla fram anda.
- **Evrópa** – Svartir spegilsathafnir, dauðadómur í gegnum speglun.
- **Rómönsku Ameríka** – Að grandskoða spegla úr obsidian samkvæmt

hefðum Asteka.
- **Norður-Ameríka** – Speglagáttir nýaldar, speglaskoðun fyrir geimferðalög.

### Vitnisburður — „Stúlkan í speglinum"
**María frá Filippseyjum**

María dreymdi um að vera föst í herbergi fullt af speglum. Í hvert skipti sem hún tók framförum í lífinu sá hún útgáfu af sjálfri sér í speglinum sem dró hana aftur á bak. Eina nóttina, meðan á frelsun stóð, öskraði hún og lýsti því hvernig hún hefði séð sig „ganga út úr spegli" til frelsis. Prestur hennar smurði augu hennar og leiddi hana til að afneita spegilmeðferð. Síðan þá hefur andleg skýrleiki hennar, viðskipti og fjölskyldulíf breyst.

**Davíð frá Skotlandi.**

Davíð, sem eitt sinn var djúpt sokkinn í nýaldarhugleiðslu, iðkaði „spegilskuggavinnu". Með tímanum fór hann að heyra raddir og sjá sjálfan sig gera hluti sem hann hafði aldrei ætlað sér. Eftir að hafa tekið við Kristi sleit frelsunarprestur spegilsálartengslin og baðst fyrir yfir huga hans. Davíð sagðist finna fyrir því að hann hefði „létt af þoku" í fyrsta skipti í mörg ár.

**Aðgerðaráætlun – Brjótið spegilgaldurinn**

1. **Afsalaðu þér** allri þekktri eða óþekktri þátttöku í speglunum sem notaðir eru andlega.
2. **Hyljið alla spegla á heimilinu** með dúk meðan á bæn eða föstu stendur (ef það er leitt).
3. **Smyrjið augu ykkar og enni** — lýsið því yfir að þið sjáið nú aðeins það sem Guð sér.
4. **Notaðu Ritninguna** til að lýsa yfir sjálfsmynd þinni í Kristi, ekki með falskri íhugun:
   - *Jesaja 43:1*
   - *2. Korintubréf 5:17*
   - *Jóhannes 8:36*

# HÓPUMSÓKN – ENDURHEIMT auðkennis

- Spyrðu: Hefur þig einhvern tíma dreymt um spegla, tvífara eða að verið sé að fylgjast með þér?
- Leiðið bæn um endurheimt sjálfsmyndar — lýsið yfir frelsi frá fölskum útgáfum af sjálfum sér.
- Leggðu hendur yfir augun (táknrænt eða í bæn) og biðjið um skýra sjón.
- Notið spegil í hópnum til að lýsa yfir í spádómi: *„Ég er sá sem Guð segist vera. Ekkert annað."*

**Verkfæri ráðuneytisins:**

- Hvítt klæði (þekjutákn)
- Ólífuolía til smurningar
- Leiðbeiningar um spámannlega spegilyfirlýsingu

**Lykilinnsýn**

Óvinurinn elskar að afbaka sjálfsmynd þína — því sjálfsmynd þín er aðgangsleið þín að örlögunum.

**Hugleiðingardagbók**

- Hef ég trúað lygum um hver ég er?
- Hef ég einhvern tíma tekið þátt í spegilsathöfnum eða óafvitandi leyft spegilgaldra?
- Hvað segir Guð um hver ég er?

**Bæn um frelsi frá spegilheiminum**

**Faðir á himnum**, ég brýt alla sáttmála við spegilheiminn — allar dökkar speglunir, andlegar tvífarar og falsaðar tímalínur. Ég afneita öllum fölskum sjálfsmyndum. Ég lýsi því yfir að ég er sá sem þú segist vera. Fyrir blóð Jesú stíg ég út úr fangelsi speglunar og inn í fyllingu tilgangs míns. Frá og með deginum í dag sé ég með augum andans — í sannleika og skýrleika. Í nafni Jesú, amen.

# DAGUR 16: AÐ BRJÓTA BÖN ORÐABÖLVA — AÐ ENDURKREFA NAFN ÞITT, FRAMTÍÐ ÞÍNA

„*Dauði og líf eru á valdi tungunnar...*" — Orðskviðirnir 18:21
„*Ekkert vopn sem smíðað verður gegn þér mun sigra, og hverja tungu sem rís gegn þér í dómi munt þú dæma...*" — Jesaja 54:17

Orð eru ekki bara hljóð — þau eru **andleg ílát**, sem bera með sér kraft til að blessa eða binda. Margir ganga óafvitandi undir **þunga bölvunar sem** foreldrar, kennarar, andlegir leiðtogar, fyrrverandi elskendur eða jafnvel eigin munnur hafa borið yfir þá.

Sumir hafa heyrt þetta áður:

- „Þú munt aldrei verða neitt."
- „Þú ert alveg eins og pabbi þinn — gagnslaus."
- „Allt sem þú snertir mistekst."
- „Ef ég get ekki fengið þig, þá mun enginn fá þig."
- „Þú ert bölvaður ... horfðu og sjáðu."

Orð eins og þessi, þegar þau eru einu sinni sögð í reiði, hatri eða ótta – sérstaklega af einhverjum í valdi – geta orðið andleg snara. Jafnvel sjálfsuppkveðnar bölvanir eins og *„ég vildi óska að ég hefði aldrei fæðst"* eða *„ég mun aldrei giftast"* geta veitt óvininum lagalegt undirlag.

**Alþjóðlegar tjáningar**

- **Afríka** – Ættbölvanir, foreldrabölvanir vegna uppreisnar, markaðsbölvanir.
- **Asía** – Karma-byggðar yfirlýsingar, forfeðraheit gefin yfir börnum.
- **Rómönsku Ameríka** – Brujeria (galdrabölvanir) virkjaðar með

töluðu orði.
- **Evrópa** – Talaðar galdrasögur, fjölskyldu„spádómar" sem uppfylla sig sjálfir.
- **Norður-Ameríka** – Munnleg misnotkun, dulspekileg söngur, staðfestingar á sjálfshatri.

Hvort sem bölvanir sem bornar eru fram af tilfinningum og trú eru hvíslaðar eða hrópaðar, þá hafa þær áhrif á andann.

**Vitnisburður — „Þegar móðir mín talaði um dauðann"**

**Keisha (Jamaíka)**

Keisha ólst upp við að heyra móður sína segja: *„Þú ert ástæðan fyrir því að líf mitt er í rúst."* Á hverjum afmælisdegi gerðist eitthvað slæmt. Tuttugu og eins árs reyndi hún sjálfsmorð, sannfærð um að líf hennar væri einskis virði. Á meðan á frelsunarathöfn stóð spurði presturinn: *„Hver talaði dauðann yfir líf þitt?"* Hún brotnaði niður. Eftir að hafa hafnað orðunum og gefið frá sér fyrirgefningu upplifði hún loksins gleði. Nú kennir hún ungum stúlkum hvernig á að tala lífið yfir sjálfar sig.

**Andrei (Rúmenía)**

Kennari Andreis sagði einu sinni: *„Þú munt enda í fangelsi eða deyja fyrir 25 ára aldur."* Þessi ummæli ásóttu hann. Hann féll í glæpastarfsemi og var handtekinn 24 ára gamall. Í fangelsinu hitti hann Krist og áttaði sig á bölvuninni sem hann hafði samþykkt. Hann skrifaði kennaranum fyrirgefningarbréf, reif í sundur allar lygar sem bornar voru yfir hann og byrjaði að boða loforð Guðs. Hann leiðir nú útrásarstarf innan fangelsa.

**Aðgerðaráætlun – Snúið bölvuninni við**

1. Skrifaðu niður neikvæðar fullyrðingar sem aðrir eða þú sjálfur hafa sagt um þig.
2. Í bæn, **afsalaðu þér hverju orði sem bölvar** (segðu það upphátt).
3. **Fyrirgefðu** þeim sem talaði það.
4. **Talaðu sannleika Guðs** yfir sjálfum þér til að skipta bölvuninni út fyrir blessun:
   - *Jeremía 29:11*
   - *Fimmta Mósebók 28:13*
   - *Rómverjabréfið 8:37*

- *Sálmur 139:14*

### Hópumsókn – Kraftur orðanna

- Spyrðu: Hvaða fullyrðingar hafa mótað sjálfsmynd þína — góða eða slæma?
- Í hópum, brjótið bölvanir upphátt (með næmni) og talið blessanir í staðinn.
- Notið ritningarspjöld — hver einstaklingur les upphátt þrjá sannleika um sjálfsmynd sína.
- Hvetjið meðlimi til að hefja sjö daga *blessunartilskipun* yfir sjálfum sér.

### Verkfæri ráðuneytisins:

- Spil með ritningargreiningu
- Ólífuolía til að smyrja munna (helgandi mál)
- Spegilyfirlýsingar - segðu sannleikann yfir spegilmynd þinni daglega

### Lykilinnsýn
Ef bölvun var borin fram, þá er hægt að brjóta hana — og mæla nýtt lífsorð í hennar stað.

### Hugleiðingardagbók

- Hvers orð hafa mótað sjálfsmynd mína?
- Hef ég bölvað sjálfum mér vegna ótta, reiði eða skömm?
- Hvað segir Guð um framtíð mína?

### Bæn til að brjóta bölvanir orðsins
**Drottinn Jesús**, ég afneita öllum bölvunum sem bornar hafa verið yfir líf mitt — af fjölskyldu, vinum, kennurum, elskhugum og jafnvel sjálfum mér. Ég fyrirgef öllum röddum sem lýstu yfir mistökum, höfnun eða dauða. Ég brýt nú mátt þessara orða, í nafni Jesú. Ég mæli blessun, náð og örlög yfir líf mitt. Ég er sá sem þú segir að ég sé — elskaður, útvalinn, læknaður og frjáls. Í nafni Jesú. Amen.

# DAGUR 17: LOSN FRÁ STJÓRN OG MEÐFERÐ

„*Galdramennska er ekki alltaf skikkjur og katlar – stundum eru það orð, tilfinningar og ósýnilegir taumar.*"

„**Því að uppreisn er eins og synd galdra, og þrjóska er eins og ranglæti og skurðgoðadýrkun.**"
— *1. Samúelsbók 15:23*

Galdra finnst ekki aðeins í helgidómum. Hún ber oft bros á vör og beitir sektarkennd, hótunum, smjaðri eða ótta. Biblían jafnar uppreisn - sérstaklega uppreisn sem beitir óguðlegri stjórn á öðrum - við galdra. Í hvert skipti sem við notum tilfinningalegan, sálfræðilegan eða andlegan þrýsting til að ná tökum á vilja annarra, þá erum við að ganga á hættulegum slóðum.

**Alþjóðlegar birtingarmyndir**

- **Afríka** – Mæður sem bölva börnum í reiði, elskendur sem binda aðra með „juju" eða ástardrykkjum, andlegir leiðtogar sem hræða fylgjendur sína.
- **Asía** – Stjórn gúrúa á lærisveinum, foreldrakúgun í fyrirhuguðum hjónaböndum, stjórnun orkustrengja.
- **Evrópa** – Frímúraraeiðar sem stjórna kynslóðahegðun, trúarlegri sektarkennd og yfirráðum.
- **Rómönsku Ameríka** – Brujería (galdrar) notað til að halda maka, tilfinningaleg kúgun sem á rætur sínar að rekja til fjölskyldubölvana.
- **Norður-Ameríka** – Sjálfsdýrkun í uppeldi, manipulerandi forysta dulbúin sem „andleg skjól", spádómar byggðir á ótta.

Rödd galdra hvíslar oft: „*Ef þú gerir þetta ekki, þá munt þú missa mig, missa velþóknun Guðs eða þjást.*"

En sannur kærleikur hefur aldrei áhrif á aðra. Rödd Guðs færir alltaf frið, skýrleika og valfrelsi.

### Sönn saga — Að brjóta ósýnilega tauminn

**Grace frá Kanada** var djúpt tengd spámannsstarfi þar sem leiðtoginn byrjaði að ráðleggja henni hverjum hún mætti fara á stefnumót, hvar hún mætti búa og jafnvel hvernig hún ætti að biðja. Í fyrstu fannst henni þetta andlegt, en með tímanum fannst henni eins og hún væri fangi skoðana hans. Alltaf þegar hún reyndi að taka sjálfstæða ákvörðun var henni sagt að hún væri að „gera uppreisn gegn Guði". Eftir taugaáfall og lestur *Greater Exploits 14* áttaði hún sig á að þetta væri karismatísk galdur - stjórn sem dulbúist sem spádómur.

Grace sagði skilið við sálartengsl við andlegan leiðtoga sinn, iðraðist eigin samþykkis við meðferð og gekk til liðs við samfélag til að læknast. Í dag er hún heil og hjálpar öðrum að komast út úr trúarofbeldi.

### Aðgerðaáætlun — Að greina galdra í samböndum

1. Spyrðu sjálfan þig: *Finnst mér ég frjáls í kringum þennan einstakling, eða hræddur við að valda honum/henni vonbrigðum?*
2. Teldu upp sambönd þar sem sektarkennd, hótanir eða smjaður eru notuð sem stjórntæki.
3. Slepptu öllum tilfinningalegum, andlegum eða sálartengslum sem láta þér líða eins og þú sért ráðandi eða raddlaus.
4. Biðjið upphátt um að brjóta öll manipulerandi taum í lífi ykkar.

### Ritningarverkfæri

- **1. Samúelsbók 15:23** – Uppreisn og galdrar
- **Galatabréfið 5:1** – „Standið stöðugir ... látið ekki aftur þrælaokið leggja á yður."
- **2. Korintubréf 3:17** – „Þar sem andi Drottins er, þar er frelsi."
- **Míka 3:5-7** – Falsspámenn nota hótanir og mútur

### Hópumræður og umsókn

- Deildu (nafnlaust ef þörf krefur) tíma þegar þú fannst þú vera undir áhrifum andlegrar eða tilfinningalegrar stjórnunar.

- Leikið „sannleiksbæn" — að sleppa stjórn á öðrum og taka aftur vilja sinn.
- Látið meðlimi skrifa bréf (raunveruleg eða táknræn) þar sem þeir slíta tengslum við stjórnendur og lýsa yfir frelsi í Kristi.

**Verkfæri ráðuneytisins:**

- Paraðu saman frelsunarfélaga.
- Notaðu smurningarolíu til að lýsa yfir frelsi yfir huga og vilja.
- Notaðu samfélag til að endurreisa sáttmála við Krist sem hina *einu sönnu hlíf*.

**Lykilinnsýn**
Þar sem stjórnun býr, þrífst galdra. En þar sem andi Guðs er, þar er frelsi.

**Hugleiðingardagbók**

- Hverjum eða hverju hef ég leyft að stjórna rödd minni, vilja eða stefnu?
- Hef ég einhvern tíma notað ótta eða smjaður til að fá mínu framgengt?
- Hvaða skref mun ég taka í dag til að ganga í frelsi Krists?

**Bæn um frelsun**
*Himneskur faðir, ég afneita allri tilfinningalegri, andlegri og sálfræðilegri stjórnun sem starfar í eða í kringum mig. Ég slít öll sálartengsl sem eiga rætur sínar að rekja til ótta, sektarkenndar og stjórnunar. Ég losa mig við uppreisn, yfirráð og hótanir. Ég lýsi því yfir að ég sé eingöngu leiddur af Anda þínum. Ég hljóta náð til að ganga í kærleika, sannleika og frelsi. Í nafni Jesú. Amen.*

# DAGUR 18: AÐ BRJÓTA MÁTTI ÓFYRIRGEFNINGAR OG BEISKU

„*Að fyrirgefa sér ekki er eins og að drekka eitur og búast við að hinn aðilinn deyi.*"

„Gætið þess að ... að engin beisk rót vaxi upp og valdi óróa og saurgi marga."
— *Hebreabréfið 12:15*

Beiskja er hljóðlátur eyðileggjandi. Hún getur byrjað með sársauka — svikum, lygi, missi — en ef henni er ekki haldið í skefjum þróast hún í vanfyrirgefningu og að lokum í rót sem eitrar allt.

Ófyrirgefning opnar dyrnar fyrir kvalandi öndum (Matteus 18:34). Hún skyggir á greinargóðan skilning, hindrar lækningu, kæfir bænir þínar og lokar fyrir flæði kraftar Guðs.

Frelsun snýst ekki bara um að reka út illa anda — hún snýst um að losa sig við það sem þú hefur geymt innra með þér.

**ALÞJÓÐLEG BIRTINGARMYND beiskju**

- **Afríka** – Ættbálkastríð, pólitískt ofbeldi og svik innan fjölskyldunnar hafa gengið í arf kynslóð eftir kynslóð.
- **Asía** – Vanvirðing milli foreldra og barna, sár tengd kasta, trúarleg svik.
- **Evrópa** – Þögn kynslóða yfir ofbeldi, beiskja vegna skilnaðar eða framhjáhalds.
- **Rómönsku Ameríka** – Sár af völdum spilltra stofnana, höfnunar fjölskyldu, andlegrar stjórnun.
- **Norður-Ameríka** – Kirkjusár, kynþáttaáföll, fjarverandi feður,

óréttlæti á vinnustað.

Beiskjan hrópar ekki alltaf. Stundum hvíslar hún: „Ég mun aldrei gleyma því sem þau gerðu."

En Guð segir: *Láttu það fara — ekki vegna þess að þau eiga það skilið, heldur vegna þess að **þú** átt það skilið.*

**Sönn saga — Konan sem vildi ekki fyrirgefa**

**María frá Brasilíu** var 45 ára þegar hún kom fyrst til að fá frelsun. Á hverri nóttu dreymdi hana um að vera kyrkt. Hún var með magasár, háan blóðþrýsting og þunglyndi. Í meðferðinni kom í ljós að hún hafði borið hatur í garð föður síns sem misnotaði hana sem barn — og yfirgaf síðar fjölskylduna.

Hún var orðin kristin en hafði aldrei fyrirgefið honum.

Þegar hún grét og sleppti honum frammi fyrir Guði, krampaði líkami hennar – eitthvað brotnaði. Um nóttina svaf hún friðsamlega í fyrsta skipti í 20 ár. Tveimur mánuðum síðar fór heilsa hennar að batna verulega. Hún deilir nú sögu sinni sem læknandi þjálfari fyrir konur.

**Aðgerðaáætlun — Að draga upp beiska rótina**

1. **Nefnið það** – Skrifið niður nöfn þeirra sem hafa sært ykkur – jafnvel sjálfan ykkur eða Guð (ef þið hafið verið leynilega reiður við hann).
2. **Slepptu því** – Segðu upphátt: *„Ég kýs að fyrirgefa [nafni] fyrir [tiltekna móðgun]. Ég sleppi þeim og frelsa mig."*
3. **Brenndu það** – Ef það er óhætt skaltu brenna eða rífa blaðið sem spámannlega lausnarathöfn.
4. **Biðjið blessunar** yfir þeim sem gerðu ykkur rangt — jafnvel þótt tilfinningar ykkar standist. Þetta er andleg hernaður.

## Ritningarverkfæri

- *Matteus 18:21–35* – Dæmisagan um þjóninn sem fyrirgefði ekki
- *Hebreabréfið 12:15* – Beiskar rætur saurga marga.
- *Markús 11:25* – Fyrirgefið, svo að bænir ykkar hindrist ekki
- *Rómverjabréfið 12:19–21* – Látið Guð hefndina í hendur

## UMSÓKN HÓPS OG ÞJÓNUSTA

- Biðjið hvern og einn (í einrúmi eða skriflega) að nefna einhvern sem viðkomandi á erfitt með að fyrirgefa.
- Skiptið ykkur í bænahópa til að fara í gegnum fyrirgefningarferlið með því að nota bænina hér að neðan.
- Leiðið spámannlega „brennsluathöfn" þar sem skriflegum afbrotum er eytt og í staðinn komið yfirlýsingar um lækning.

**Verkfæri ráðuneytisins:**

- Fyrirgefningaryfirlýsingarkort
- Mjúk hljóðfæratónlist eða djúp tilbeiðsla
- Gleðiolía (til smurningar eftir lausn)

### Lykilinnsýn

Fyrirgefningarleysi er hlið sem óvinurinn nýtir sér. Fyrirgefning er sverð sem sker á fjötra fjötra.

### Hugleiðingardagbók

- Hverjum þarf ég að fyrirgefa í dag?
- Hef ég fyrirgefið mér sjálfum – eða er ég að refsa mér fyrir mistök fyrri tíma?
- Trúi ég að Guð geti endurheimt það sem ég missti með svikum eða móðgun?

### Bæn um lausn

*Drottinn Jesús, ég kem fram fyrir þig með sársauka minn, reiði og minningar. Ég vel í dag — í trú — að fyrirgefa öllum sem hafa sært mig, misnotað mig, svikið mig eða hafnað mér. Ég sleppi þeim. Ég frelsa þá frá dómi og ég frelsa sjálfan mig frá beiskju. Ég bið þig að græða hvert sár og fylla mig með friði þínum. Í nafni Jesú. Amen.*

# DAGUR 19: AÐ GRÆÐA AF SKÖMM OG FORDÆMINGU

„Skömm segir: „Ég er vondur." Fordæming segir: „Ég verð aldrei frjáls." En Jesús segir: „Þú ert minn og ég hef gert þig nýjan"."

„Þeir sem leita til hans eru geislandi, andlit þeirra huldu aldrei blygðun."

— *Sálmur 34:5*

Skömm er ekki bara tilfinning – hún er stefna óvinarins. Hún er skikkjan sem hann vefur yfir þá sem hafa fallið, brugðist eða verið brotnir. Hún segir: „Þú getur ekki nálgast Guð. Þú ert of óhreinn. Of skemmdur. Of sekur."

En fordæming er **lygi** — því að í Kristi **er engin fordæming** (Rómverjabréfið 8:1).

Margir sem leita sér frelsunar sitja fastir vegna þess að þeir telja sig **ekki verðuga frelsis**. Þeir bera sektarkennd eins og merki og endurtaka verstu mistök sín eins og bilaða plötu.

Jesús borgaði ekki bara fyrir syndir þínar - hann borgaði fyrir skömm þína.

**Alþjóðleg andlit skömmarinnar**

- **Afríka** – Menningarleg tabú varðandi nauðganir, ófrjósemi, barnleysi eða að giftast ekki.
- **Asía** – Vanvirðing byggð á skömm vegna fjölskylduvæntinga eða trúarlegrar frávika.
- **Rómönsku Ameríka** – Sektarkennd vegna fóstureyðinga, dulspekilegrar þátttöku eða fjölskyldusmánar.
- **Evrópa** – Falin skömm vegna leyndra synda, ofbeldis eða geðheilbrigðisvandamála.
- **Norður-Ameríka** – Skömm vegna fíknar, skilnaðar, kláms eða ruglings í sjálfsmynd.

Skömm þrífst í þögn — en hún deyr í ljósi kærleika Guðs.

**Sönn saga — Nýtt nafn eftir fóstureyðingu**

**Jasmine frá Bandaríkjunum** fór í þrjár fóstureyðingar áður en hún kom til Krists. Þótt hún væri hólpin gat hún ekki fyrirgefið sjálfri sér. Sérhver móðurdagur fannst henni eins og bölvun. Þegar fólk talaði um börn eða foreldrahlutverk fannst henni hún ósýnileg — og verra, óverðug.

Á kvennasamkomu heyrði hún boðskap úr Jesaja 61 — „í stað skammar, tvöfaldur skammtur." Hún grét. Um nóttina skrifaði hún bréf til ófæddra barna sinna, iðraðist á ný fyrir Drottni og fékk sýn þar sem Jesús gaf henni nýju nöfnin: *„Elskaða", „Móðir", „Endurreista".*

Hún þjónar nú konum eftir fóstureyðingu og hjálpar þeim að endurheimta sjálfsmynd sína í Kristi.

**Aðgerðaáætlun — Stígðu út úr skugganum**

1. **Nefnið skömmina** – Skrifið dagbók um það sem þið hafið verið að fela eða finna fyrir sektarkennd yfir.
2. **Játaðu lygina** – Skrifaðu niður ásakanirnar sem þú hefur trúað (t.d. „ég er óhreinn", „ég er dæmdur óhæfur").
3. **Skiptu út fyrir Sannleikann** – Boðaðu upphátt orð Guðs yfir sjálfum þér (sjá ritningarstaðina hér að neðan).
4. **Spádómleg gjörð** – Skrifið orðið „SKÖMM" á blað, rífið það síðan eða brennið það. Lýsið yfir: *„Ég er ekki lengur bundinn af þessu!"*

**Ritningarverkfæri**

- *Rómverjabréfið 8:1–2* – Engin fordæming í Kristi
- *Jesaja 61:7* – Tvöfaldur skammtur fyrir skömm
- *Sálmur 34:5* – Ljómi í návist hans
- *Hebreabréfið 4:16* – Djarfur aðgangur að hásæti Guðs
- *Sefanía 3:19–20* – Guð fjarlægir skömm meðal þjóðanna.

**Umsókn hóps og þjónusta**

- Bjóðið þátttakendum að skrifa nafnlausar yfirlýsingar um skömm (t.d. „Ég fór í fóstureyðingu", „Ég var misnotuð", „Ég framdi svik") og setja þær í lokaðan kassa.
- Lestu Jesaja 61 upphátt og flyttu síðan bæn fyrir skipti - sorg fyrir gleði, aska fyrir fegurð, skömm fyrir heiður.
- Spilaðu tilbeiðslutónlist sem leggur áherslu á sjálfsmynd í Kristi.
- Talaðu spámannleg orð yfir einstaklinga sem eru tilbúnir að sleppa takinu.

**Verkfæri ráðuneytisins:**

- Persónuskilríkisyfirlýsingarkort
- Smurningarolía
- Lagalisti fyrir tilbeiðslu með lögum eins og „You Say" (Lauren Daigle), „No Longer Slaves" eða „Who You Say I Am"

**Lykilinnsýn**

Skömm er þjófur. Hún stelur rödd þinni, gleði þinni og valdi þínu. Jesús fyrirgaf ekki bara syndir þínar — hann svipti skömminni krafti sínum.

**Hugleiðingardagbók**

- Hver er fyrsta minningin um skömm sem ég man eftir?
- Hvaða lygi hef ég verið að trúa um sjálfan mig?
- Er ég tilbúinn að sjá sjálfan mig eins og Guð sér mig — hreinan, geislandi og útvalinn?

**Bæn um lækningu**

*Drottinn Jesús, ég ber þér skömm mína, falinn sársauka minn og allar fordæmingarraddir. Ég iðrast þess að samþykkja lygar óvinarins um hver ég er. Ég vel að trúa því sem þú segir - að ég sé fyrirgefið, elskaður og endurnýjaður. Ég tek á móti réttlætisklæðum þínum og stíg inn í frelsið. Ég geng út úr skömm og inn í dýrð þína. Í nafni Jesú, amen.*

# DAGUR 20: HEIMILISGALDRAR — ÞEGAR MYRKURINN BÝR UNDIR SAMA ÞAKI

„Ekki eru allir óvinir úti. Sumir bera kunnugleg andlit."
„Heimili manns verða óvinir hans."
— *Matteus 10:36*

Sumar af hörðustu andlegu bardögunum eru ekki háðar í skógum eða helgidómum — heldur í svefnherbergjum, eldhúsum og fjölskylduölturum.

**Heimilisgaldra** vísar til djöflalegra athafna sem eiga upptök sín innan fjölskyldunnar — foreldra, maka, systkina, starfsfólks eða nánari ættingja — í gegnum öfund, dulspeki, altari forfeðranna eða beina andlega stjórnun.

Frelsun verður flókin þegar fólkið sem í hlut á eru **þeir sem við elskum eða búum með.**

**Alþjóðleg dæmi um heimilisgaldra**

- **Afríka** – Öfundsjúk stjúpmóðir sendir bölvanir í gegnum mat; systkini kallar fram anda gegn farsælli bróður.
- **Indland og Nepal** – Mæður vígja börn sín guðum við fæðingu; heimilisaltari eru notuð til að stjórna örlögum.
- **Rómönsku Ameríka** – Brujeria eða Santeria stunduð í leyni af ættingjum til að stjórna maka eða börnum.
- **Evrópa** – Falinn frímúrararegla eða dulspekileiðar í ættlínum; sálfræðilegar eða andlegar hefðir sem ganga í arf.
- **Norður-Ameríka** – Wicca- eða nýaldarforeldrar „blessa" börn sín með kristöllum, orkuhreinsun eða tarot.

Þessir kraftar kunna að fela sig á bak við fjölskylduást, en markmið þeirra er stjórn, stöðnun, veikindi og andleg fjötrar.

**Sönn saga — Faðir minn, spámaður þorpsins**

Kona frá Vestur-Afríku ólst upp á heimili þar sem faðir hennar var mjög virtur spámaður í þorpinu. Fyrir utanaðkomandi var hann andlegur leiðtogi. Hann gróf heillagripi á bak við luktar dyr í þorpinu og færði fórnir fyrir fjölskyldur sem leituðu hylli eða hefnda.

Undarleg mynstur komu upp í lífi hennar: endurteknar martraðir, misheppnaðar sambönd og óútskýranleg veikindi. Þegar hún gaf líf sitt Kristi snerist faðir hennar gegn henni og lýsti því yfir að hún myndi aldrei ná árangri án hjálpar hans. Líf hennar fór í rúst í mörg ár.

Eftir margra mánaða miðnæturbænir og föstu leiddi Heilagur Andi hana til að afneita öllum sálartengslum við dulræna skikkju föður síns. Hún gróf ritningar í veggi sína, brenndi gamla tákn og smurði þröskuld sinn daglega. Smám saman hófust byltingar: heilsa hennar kom til baka, draumar hennar rættust og hún giftist loksins. Hún hjálpar nú öðrum konum sem standa frammi fyrir heimilisölturum.

**Aðgerðaáætlun — Að takast á við kunnuglegan anda**

1. **Greina án vanvirðingar** – Biðjið Guð að opinbera falda krafta án haturs.
2. **Brjótið sálarleg samkomulög** – Slítið öllum andlegum böndum sem myndast hafa með helgisiðum, alturum eða töluðum eiðum.
3. **Andlega aðskilin** – Jafnvel þótt þið búið í sama húsi er hægt að **aftengjast andlega** með bæn.
4. **Helgaðu rýmið þitt** – Smyrjið hvert herbergi, hlut og þröskuld með olíu og ritningum.

**Ritningarverkfæri**

- *Míka 7:5–7* – Treystu ekki náunganum
- *Sálmur 27:10* – „Þótt faðir minn og móðir yfirgefi mig..."
- *Lúkas 14:26* – Elska Krist meira en fjölskylduna
- *2. Konungabók 11:1–3* – Falin frelsun frá morðandi drottningarmóður
- *Jesaja 54:17* – Engin smíðuð vopn munu sigra.

### Hópumsókn

- Deilið reynslusögum þar sem andstaða kom innan fjölskyldunnar.
- Biðjið um visku, hugrekki og kærleika frammi fyrir mótspyrnu heimilisins.
- Leiðið bæn um afsögn frá hverju sálartengsli eða hverri bölvun sem ættingjar hafa borið fram.

### Verkfæri ráðuneytisins:

- Smurningarolía
- Fyrirgefningaryfirlýsingar
- Bænir um lausn sáttmálans
- Sálmur 91 bæn

### Lykilinnsýn
Ættlínan getur verið blessun eða vígvöllur. Þú ert kallaður til að endurleysa hana, ekki láta hana stjórna þér.

### Hugleiðingardagbók

- Hef ég einhvern tímann mætt andlegri mótspyrnu frá einhverjum sem mér þykir vænt um?
- Er einhver sem ég þarf að fyrirgefa — jafnvel þótt viðkomandi sé enn að stunda galdra?
- Er ég tilbúin/n að vera aðgreind/ur, jafnvel þótt það kosti sambönd?

### Bæn um aðskilnað og vernd
*Faðir, ég viðurkenni að mesta andstaðan getur komið frá þeim sem eru mér næst. Ég fyrirgef hverju heimilisfólki sem vinnur gegn örlögum mínum, meðvitað eða ómeðvitað. Ég brýt öll sálarbönd, bölvun og sáttmála sem gerð eru í gegnum fjölskyldu mína sem eru ekki í samræmi við ríki þitt. Fyrir blóð Jesú helga ég heimili mitt og lýsi því yfir: Ég og mitt hús munum þjóna Drottni. Amen.*

# DAGUR 21: JESEBELSANDIÐ — TELLING, STJÓRN OG TRÚARLEG MEÐFERÐ

„En ég hef þetta á móti þér: Þú þolir konuna Jesebel, sem kallar sig spákonu. Með kenningu sinni leiðir hún afvega..." — Opinberunarbókin 2:20

„Endir hennar mun koma skyndilega og án lækningar." — Orðskviðirnir 6:15

Sumir andar hrópa að utan.

**Jesebel hvíslar að innan.**

Hún freistar ekki bara - hún **rænir, manipulerar og spillir**, sem skilur eftir sig þjónustur í sundur, hjónabönd kæfð og þjóðir tæltar af uppreisn.

**Hvað er Jesebel-andinn?**

Andinn í Jesebel:

- Hermir eftir spádómum til að blekkja
- Notar sjarma og freistingu til að stjórna
- Hatar raunverulegt vald og þaggar niður í spámönnum
- Hylur stolt á bak við falska auðmýkt
- Tengist oft leiðtogum eða þeim sem standa þeim nálægt

Þessi andi getur starfað í gegnum **karla eða konur** og hann þrífst þar sem óheftur kraftur, metnaður eða höfnun lætur á sér kræla.

**Alþjóðlegar birtingarmyndir**

- **Afríka** – Falsspákonur sem stjórna ölturum og krefjast hollustu með ótta.
- **Asía** – Trúarlegir dulspekingar blanda saman freistingum og hugsjónum til að ráða ríkjum í andlegum hringjum.
- **Evrópa** – Fornar gyðjudýrkanir endurvaknar í nýaldariðkun undir

nafninu valdefling.

- **Rómönsku Ameríka** – Santeria-prestar stjórna fjölskyldum með „andlegri ráðgjöf".
- **Norður-Ameríka** – Áhrifavaldar á samfélagsmiðlum kynna „guðlega kvenleika" en gera grín að undirgefni, yfirvaldi eða hreinleika Biblíunnar.

### Sönn saga: *Jesebel sem sat á altarinu*

Í landi í Karíbahafi fór kirkja, sem logaði fyrir Guði, að dofna — hægt og rólega, lúmskt. Fyrirbænahópurinn, sem eitt sinn hittist til miðnættisbæna, fór að sundrast. Æskulýðsstarfið lenti í hneyksli. Hjónabönd innan kirkjunnar fóru að mistakast og hinn eldfimi prestur varð óákveðinn og andlega þreyttur.

Í miðju alls saman var kona — **systir R.** Falleg, karismatísk og örlát, hún var dáð af mörgum. Hún átti alltaf „orð frá Drottni" og draum um örlög allra annarra. Hún gaf örlátlega til kirkjuverkefna og vann sér sæti nálægt prestinum.

Á bak við tjöldin **rægði hún aðrar konur á lúmskan hátt**, tældi yngri prest og sáði sundrungu. Hún setti sig fram sem andlegan yfirvald á meðan hún grafaði undan raunverulegri forystu í kyrrþey.

Eina nóttina dreymdi unglingsstúlku í kirkjunni ljóslifandi draum – hún sá snák vafinn undir predikunarstólnum hvísla í hljóðnemann. Skelfd deildi hún draumnum með móður sinni sem færði hann prestinum.

Leiðtogarnir ákváðu að fara í **þriggja daga föstu** til að leita leiðsagnar Guðs. Á þriðja degi, á meðan bænastund stóð, byrjaði systir R að sýna ofbeldi. Hún hvæsti, öskraði og sakaði aðra um galdra. Öflug frelsun fylgdi í kjölfarið og hún játaði: hún hafði verið vígð inn í andlega reglu á unglingsárum sínum, með það verkefni að **komast inn í kirkjur til að „stela eldinum þeirra"**.

Hún hafði þegar verið í **fimm kirkjum** áður en þessi var gerð. Vopn hennar var ekki hávært – það var **smjaður, freisting, tilfinningastjórnun** og spámannleg stjórnun.

Í dag hefur kirkjan endurbyggt altarið sitt. Prédikunarstóllinn hefur verið endurvígður. Og þessi unga unglingsstúlka? Hún er nú eldfim trúboði sem leiðir bænahreyfingu kvenna.

### Aðgerðaráætlun — Hvernig á að takast á við Jesebel

1. **Iðrast** allrar samvinnu sem þú hefur sýnt af þér með stjórnun,

kynferðislegri stjórn eða andlegum stolti.
2. **Greinið** eiginleika Jesebelar — smjaður, uppreisn, tálbeitur, falskar spádóma.
3. **Rjúfðu sálartengsl** og vanheilög bandalög í bæn — sérstaklega við alla sem draga þig frá rödd Guðs.
4. **Lýstu yfir vald þitt** í Kristi. Jesebel óttast þá sem vita hverjir þeir eru.

**Ritningarvopnabúr:**

- 1. Konungabók 18–21 – Jesebel gegn Elía
- Opinberunarbókin 2:18–29 – Viðvörun Krists til Þýatíru
- Orðskviðirnir 6:16–19 – Það sem Guð hatar
- Galatabréfið 5:19–21 – Holdsins verk

**Hópumsókn**

- Ræðið: Hefur þú einhvern tímann orðið vitni að andlegri meðferð? Hvernig duldi hún sig?
- Lýsið yfir sem hópur „engri umburðarlyndi" gagnvart Jesebel — í kirkjunni, heima eða í forystu.
- Ef þörf krefur, farið í gegnum **frelsunarbæn** eða fastið til að brjóta áhrif hennar.
- Endurvígðu hvaða þjónustu eða altari sem hefur verið í hættu.

**Verkfæri þjónustunnar:**
Notið smurningarolíu. Skapaðu rými fyrir játningu og fyrirgefningu. Syngið tilbeiðslusöngva sem boða **drottinvald Jesú.**

**Lykilinnsýn**
Jesebel dafnar þar sem **dómgreind er lítil** og **umburðarlyndi mikið** . Ríki hennar lýkur þegar andlegt vald vaknar.

**Hugleiðingardagbók**

- Hef ég leyft stjórnun að leiða mig?
- Eru einhverjir einstaklingar eða áhrifavaldar sem ég hef hafið upp yfir rödd Guðs?

- Hef ég þaggað niður spámannlega rödd mína af ótta eða stjórn?

**Bæn um frelsun**

*Drottinn Jesús, ég afneita öllum bandalögum við Jesebelaranda. Ég hafna freistingum, stjórn, fölskum spádómum og stjórnun. Hreinsaðu hjarta mitt af stolti, ótta og málamiðlun. Ég tek aftur vald mitt. Láttu hvert altari sem Jesebel hefur reist í lífi mínu verða rifið niður. Ég set þig, Jesús, í hásæti sem Drottin yfir samböndum mínum, köllun og þjónustu. Fylltu mig með greindardómi og djörfung. Í þínu nafni, amen.*

# DAGUR 22: PÍTONAR OG BÆNIR — AÐ BRJÓTA ANDANN UM ÞRÖNGUN

„*Eitt sinn, er vér vorum á leið til bænastaðarins, mætti oss ambátt, sem hafði pítonsanda ...*" — Postulasagan 16:16

„*Þú skalt stíga á ljón og nöðru ...*" — Sálmur 91:13

Það er til andi sem bítur ekki — hann **kreistir**.

Hann kæfir eldinn þinn. Hann vefst um bænalíf þitt, andardrátt þinn, tilbeiðslu þína, aga þinn — þangað til þú byrjar að gefast upp á því sem gaf þér eitt sinn styrk.

Þetta er andi **Pýtons** — djöfulsins afl sem **hamlar andlegum vexti, seinkar örlögum, kæfir bænir og falsar spádóma**.

**Alþjóðlegar birtingarmyndir**

- **Afríka** – Pýtonandinn birtist sem falskur spámaður og starfar í helgidómum í sjó og skógi.
- **Asía** – Snákaandar voru tilbeðnir sem guðir sem þarf að fæða eða seðja.
- **Rómönsku Ameríka** – Santeria-snákaaltari notaður til auðs, girndar og valds.
- **Evrópa** – Tákn höggorma í galdra, spádómum og sálfræði.
- **Norður-Ameríka** – Falsar „spámannlegar" raddir sem eiga rætur sínar að rekja til uppreisnar og andlegs ruglings.

**Vitnisburður:** *Stúlkan sem gat ekki andað*

Marisol frá Kólumbíu byrjaði að finna fyrir mæði í hvert skipti sem hún kraup til að biðja. Brjóstið hennar herptist. Draumar hennar voru fullir af myndum af snákum sem vöfðust um hálsinn á henni eða hvíldu sig undir rúminu hennar. Læknar fundu ekkert læknisfræðilega athugavert.

Dag einn viðurkenndi amma hennar að Marisol hefði sem barn verið „helguð" fjallaanda sem þekktur var fyrir að birtast sem höggormur. Það var **„verndarandi"** en það kostaði sitt.

Á meðan á frelsunarfundi stóð fór Marisol að öskra harkalega þegar hendur voru lagðar yfir hana. Hún fann eitthvað hreyfast í maganum, upp brjóstkassann og svo út um munninn á sér eins og loft væri rekið út.

Eftir þetta átak hvarf andþrótturinn. Draumar hennar breyttust. Hún fór að leiða bænastundir – einmitt það sem óvinurinn reyndi eitt sinn að kyrkja úr henni.

### Merki um að þú gætir verið undir áhrifum Python-andans

- Þreyta og þyngsli í hvert skipti sem þú reynir að biðja eða tilbiðja
- Spádómleg ruglingur eða blekkjandi draumar
- Stöðugar tilfinningar um að vera kæfður, stíflaður eða bundinn
- Þunglyndi eða örvænting án skýrrar ástæðu
- Tap á andlegri löngun eða hvatningu

### Aðgerðaáætlun – Að brjóta þrengingar

1. **Iðrast** allrar dulspekilegrar, andlegrar eða forfeðralegrar þátttöku.
2. **Lýstu líkama þínum og anda sem Guðs einan.**
3. **Fasta og stríð** samkvæmt Jesaja 27:1 og Sálm 91:13.
4. **Smyrjið háls ykkar, bringu og fætur** — gerið kröfu um frelsi til að tala, anda og ganga í sannleika.

### Ritningarorð um frelsun:

- Postulasagan 16:16–18 – Páll rekur út pítonandan
- Jesaja 27:1 – Guð refsar Levjatan, flóttamanninum
- Sálmur 91 – Vernd og vald
- Lúkas 10:19 – Máttur til að traðka á snáka og sporðdreka

# HÓPUMSÓKN

- Spyrjið: Hvað kæfir bænalíf okkar — persónulega og í samfélaginu?
- Leiðið hópbæn í öndunarfærni — og lýstið yfir **anda Guðs** (Ruach) yfir hverjum og einum meðlimi.
- Brjótið niður öll áhrif falskra spámanna eða þrýsting eins og höggormur í tilbeiðslu og fyrirbænum.

**Verkfæri til þjónustu:** Tilbeiðsla með flautum eða öndunarhljóðfærum, táknræn klipping á reipum, bænahjúpar fyrir öndunarfrelsi.

### Lykilinnsýn

Pítonandinn kæfir það sem Guð vill fæða. Það verður að horfast í augu við hann til að endurheimta andann og djörfungina.

### Hugleiðingardagbók

- Hvenær fann ég mig síðast fyrir fullum frelsi í bæn?
- Eru einhver merki um andlega þreytu sem ég hef verið að hunsa?
- Hef ég óafvitandi þegið „andleg ráð" sem ollu meiri ruglingi?

### Bæn um frelsun

*Faðir, í nafni Jesú brýt ég alla herðandi anda sem ætlað er að kæfa tilgang minn. Ég afneita pítonandanum og öllum falskum spádómsröddum. Ég tek á móti anda Anda þíns og lýsi því yfir: Ég mun anda frjálslega, biðja djarflega og ganga uppréttur. Sérhver höggormur sem vefur sig um líf mitt er högginn af og útskúfaður. Ég fæ lausn núna. Amen.*

# DAGUR 23: RÉTTLÆTI RÉTTLÆTISINS — AÐ RÍFA NIÐUR VIRGI LANDSVÆÐIS

„Á hásæti ranglætisins, sem bruggar illt með lögmáli, samfélag við þig?" — Sálmur 94:20

„Barátta okkar er ekki við hold og blóð, heldur við ... drottna myrkursins ..." — Efesusbréfið 6:12

Það eru ósýnileg **hásæti** — stofnuð í borgum, þjóðum, fjölskyldum og kerfum — þar sem djöflavöld **ríkja löglega** með sáttmálum, löggjöf, skurðgoðadýrkun og langvarandi uppreisn.

Þetta eru ekki handahófskenndar árásir. Þetta eru **krýndar yfirvöld**, djúpt rótgróin í stofnunum sem viðhalda illskunni í gegnum kynslóðir.

Þangað til þessi hásæti verða **tekin í sundur andlega**, munu vítahringir myrkursins halda áfram - sama hversu miklar bænir eru fluttar á yfirborðinu.

**Alþjóðleg vígi og hásæti**

- **Afríka** – Galdrahásæti í konunglegum ætternum og hefðbundnum ráðum.
- **Evrópa** – Hásæti veraldarhyggju, frímúrarareglu og lögleiddra uppreisna.
- **Asía** – Hásæti skurðgoðadýrkunar í musteri forfeðranna og stjórnmálaættum.
- **Rómönsku Ameríka** – Hásæti fíkniefna- og hryðjuverkastarfsemi, dauðadýrkunar og spillingar.
- **Norður-Ameríka** – Hásæti öfugsnúnings, fóstureyðinga og kynþáttakúgunar.

Þessir hásæti hafa áhrif á ákvarðanir, bæla niður sannleikann og **gleypa örlögin**.

**Vitnisburður:** *Frelsun borgarfulltrúa*

Í borg í Suður-Afríku uppgötvaði nýkjörinn kristinn bæjarfulltrúi að allir embættismenn á undan honum höfðu annað hvort orðið geðveikir, skilið eða skyndilega látist.

Eftir daga bæna opinberaði Drottinn **blóðfórnarhásæti** grafið undir bæjarhúsinu. Staðbundinn spámaður hafði fyrir löngu síðan plantað heillagripum sem hluta af landhelgiskröfu.

Ráðsmaðurinn safnaði saman fyrirbænum, fastaði og hélt guðsþjónustu um miðnætti inni í ráðssalnum. Í þrjár nætur greindu starfsmenn frá undarlegum ópum í veggjunum og rafmagnið flautaði.

Innan viku hófust játningar. Spilltir samningar komu upp á yfirborðið og innan nokkurra mánaða batnaði opinber þjónusta. Kóngurinn var fallinn.

### Aðgerðaáætlun – Að afnema myrkrið

1. **Finndu hásætið** — biddu Drottin að sýna þér víggirðingar í borg þinni, embætti, ætterni eða svæði.
2. **Iðrast fyrir hönd landsins** (í anda fyrirbæna í Daníel 9).
3. **Tilbeiðsla á stefnumiðaðan hátt** — hásæti molna þegar dýrð Guðs tekur völdin (sjá 2. Kron. 20).
4. **Lýstu nafni Jesú** sem hins eina sanna konungs yfir því ríki.

Akkeri ritningargreinar:

- Sálmur 94:20 – Hænir ranglætisins
- Efesusbréfið 6:12 – Stjórnendur og yfirvöld
- Jesaja 28:6 – Andi réttlætis fyrir þá sem berjast
- 2. Konungabók 23 – Jósía eyðileggur skurðgoðadýrkunarölturu og hásæti

## HÓPÞÁTTTAKA

- Haltu „andlega kortagerð" af hverfinu þínu eða borginni.
- Spyrjið: Hverjar eru hringrásir syndar, sársauka eða kúgunar hér?
- Skipið „verði" til að biðja vikulega við lykilhlið: skóla, dómstóla,

markaði.
- Leiðtogahópurinn fellir úrskurði gegn andlegum valdhöfum með því að nota Sálm 149:5–9.

**Verkfæri til þjónustu:** Shofarar, borgarkort, ólífuolía til vígslu jarðar, leiðbeiningar fyrir bænagöngur.

**Lykilinnsýn**
Ef þú vilt sjá umbreytingu í borginni þinni **verður þú að ögra hásætinu á bak við kerfið** — ekki bara andlitinu fyrir framan það.

**Hugleiðingardagbók**

- Eru endurteknar átök í borginni minni eða fjölskyldunni sem finnast stærri en ég?
- Hef ég erft bardaga gegn hásæti sem ég setti ekki á hásæti?
- Hvaða „valdhafar" þurfa að vera steyptir af stóli í bæn?

**Bæn stríðsins**
*Ó Drottinn, afhjúpa þú hvert hásæti ranglætisins sem ríkir yfir landsvæði mínu. Ég lýsi yfir nafni Jesú sem hins eina konungs! Lát hvert hulið altari, lögmál, sáttmála eða vald sem knýr fram myrkur tvístrast í eldi. Ég tek minn stað sem fyrirbænari. Með blóði lambsins og orði vitnisburðar míns ríf ég niður hásæti og set Krist í hásæti yfir heimili mitt, borg og þjóð. Í nafni Jesú. Amen.*

# DAGUR 24: SÁLARBROT — ÞEGAR HLUTAR AF ÞÉR VANTA

„*Hann hressir sál mína...*" — Sálmur 23:3

„*Ég mun græða sár þín, segir Drottinn, því að þú ert kallaður útlægur...*" — Jeremía 30:17

Áföll hafa þann eiginleika að brjóta niður sálina. Misnotkun. Höfnun. Svik. Skyndilegur ótti. Langvarandi sorg. Þessar upplifanir skilja ekki bara eftir minningar - þær **brjóta niður innri manninn**.

Margir ganga um og líta út fyrir að vera heilir en lifa með **brotum af sjálfum sér sem vantar**. Gleði þeirra er sundruð. Sjálfsmynd þeirra er dreifð. Þeir eru fastir í tilfinningalegum tímasvæðum - hluti þeirra fastur í sársaukafullri fortíð, á meðan líkaminn heldur áfram að eldast.

Þetta eru **sálarbrot** - hlutar af tilfinningalegu, sálfræðilegu og andlegu sjálfi þínu sem eru brotnir af vegna áfalla, afskipta djöfla eða galdrameðferðar.

Þangað til þessir bitar eru safnaðir saman, grónir og sameinaðir á ný fyrir tilstilli Jesú, **er raunverulegt frelsi enn óljóst**.

**Alþjóðleg sálarþjófnaðarvenjur**

- **Afríka** – Galdralæknar fanga „kjarna" fólks í krukkur eða spegulum.
- **Asía** – Sálarfangunarathafnir gúrúa eða tantra-iðkenda.
- **Rómönsku Ameríka** – Sjamanísk sálarklofningur til að fá stjórn eða bölvanir.
- **Evrópa** – Dulspekileg galdur notuð til að brjóta niður sjálfsmynd eða stela hylli.
- **Norður-Ameríka** – Áföll vegna kynferðisofbeldis, fóstureyðinga eða ruglings í sjálfsmynd valda oft djúpum sárum í sálinni og sundrungu.

**Sagan:** *Stúlkan sem gat ekki fundið fyrir tilfinningum*

Andrea, 25 ára gömul kona frá Spáni, hafði þolað kynferðislega misnotkun af hálfu fjölskyldumeðlims í mörg ár. Þótt hún hefði tekið við Jesú var hún tilfinningalega dofin. Hún gat ekki grátið, elskað eða fundið fyrir samúð.

Gestgjafi spurði hana undarlegrar spurningar: „Hvar skildirðu gleði þína eftir?" Þegar Andrea lokaði augunum mundi hún eftir því að vera níu ára gömul, krulluð inni í skáp og segja við sjálfa sig: „Ég mun aldrei finna fyrir því aftur."

Þau báðu saman. Andrea fyrirgaf, afneitaði innri heitum og bauð Jesú inn í þessa sérstöku minningu. Hún grét stjórnlaust í fyrsta skipti í mörg ár. Þann dag **var sál hennar endurreist**.

### Aðgerðaráætlun – Sálarendurheimt og lækning

1. Spyrðu Heilagan Anda: *Hvar týndi ég hluta af sjálfum mér?*
2. Fyrirgefðu öllum sem áttu hlut að máli á þeirri stundu og **hafnaðu innri heitum** eins og „ég mun aldrei treysta aftur".
3. Bjóddu Jesú inn í minninguna og talaðu lækningu inn í þá stund.
4. Biðjið: *„Drottinn, endurnýjaðu sál mína. Ég kalla á hvert einasta brot af mér til að snúa aftur og verða heil."*

### Lykilritningargreinar:

- Sálmur 23:3 – Hann hressir sálina
- Lúkas 4:18 – Að græða þá sem hafa sundurmarið hjarta
- 1. Þessaloníkubréf 5:23 – Andi, sál og líkami varðveitt
- Jeremía 30:17 – Lækning fyrir útlæga og sár

### Hópumsókn

- Leiða meðlimi í gegnum leiðsögn um **innri lækningu**.
- Spyrðu: *Eru einhverjir tímar í lífi þínu þar sem þú hættir að treysta, finna fyrir eða dreyma?*
- Leikið er með Jesú að „fara aftur inn í það herbergi" og horfa á hann græða sárið.
- Látið trausta leiðtoga leggja hendur varlega á höfuð þeirra og lýsa yfir endurreisn sálarinnar.

**Verkfæri til þjónustu:** Tónlist til tilbeiðslu, mjúk lýsing, pappírsklútar, dagbókarhugmyndir.

**Lykilinnsýn**

Frelsun snýst ekki bara um að reka út illa anda. Hún snýst um **að safna saman brotnum hlutum og endurheimta sjálfsmynd**.

**Hugleiðingardagbók**

- Hvaða áföll hafa enn áhrif á hugsun mína eða tilfinningar í dag?
- Hef ég einhvern tíma sagt: „Ég mun aldrei elska aftur" eða „ég get ekki treyst neinum lengur"?
- Hvernig lítur „heilleiki" út fyrir mér - og er ég tilbúinn fyrir það?

**BÆN UM ENDURREISN**

*Jesús, þú ert hirðir sálar minnar. Ég leiði þig hvert sem ég hef verið sundurbrotin — af ótta, skömm, sársauka eða svikum. Ég brýt hvert innra heit og bölvun sem gefin hefur verið í áföllum. Ég fyrirgef þeim sem særðu mig. Nú kalla ég alla hluta sálar minnar til að snúa aftur. Endurreistu mig að fullu — anda, sál og líkama. Ég er ekki sundurbrotin að eilífu. Ég er heil í þér. Í nafni Jesú. Amen.*

# DAGUR 25: BÖLVUN ÓKUNDLEGRA BARNA — ÞEGAR ÖRLÖG SKIPTA VIÐ FÆÐINGU

„**B**örn þeirra eru ókunnug börn, nú mun mánuðurinn gleypa þau með hlutskipti sínu." — Hósea 5:7

„*Áður en ég myndaði þig í móðurkviði þekkti ég þig...*" — Jeremía 1:5

Ekki eru öll börn sem fæðast inn á heimili ætluð því heimili.

Ekki eru öll börn sem bera DNA-ið þitt með arfleifð þína.

Óvinurinn hefur lengi notað **fæðingu sem vígvöll** — skipt á örlögum, plantað fölsuðum afkvæmum, vígt börn inn í myrka sáttmála og fiktað við móðurkviði áður en getnaður hefst jafnvel.

Þetta er ekki bara efnislegt mál. Þetta er **andleg viðskipti** — sem fela í sér altari, fórnir og djöfullega lögmæti.

**Hvað eru undarleg börn?**

„Undarleg börn" eru:

- Börn fædd með dulrænum vígsluathöfnum, helgisiðum eða kynferðislegum sáttmálum.
- Afkvæmi skipt um við fæðingu (annað hvort andlega eða líkamlega).
- Börn sem bera myrka verkefni inn í fjölskyldu eða ætt.
- Sálin eru teknar til fanga í móðurkviði með galdra, dauðatrú eða kynslóðaröltum.

Mörg börn alast upp í uppreisn, fíkn, hatri gagnvart foreldrum eða sjálfum sér — ekki bara vegna slæmrar uppeldis heldur vegna þess **hver eignaðist þau andlega við fæðingu** .

# ALÞJÓÐLEGAR TJÁNINGAR

- **Afríka** – Andleg samskipti á sjúkrahúsum, mengun í móðurkviði af völdum sjávaranda eða kynlíf í helgisiði.
- **Indland** – Börn eru vígð inn í musteri eða örlög sem byggjast á karma fyrir fæðingu.
- **Haítí og Rómönsku Ameríka** – Vígsluathöfnir í Santeria, börn getin á ölturum eða eftir galdra.
- **Vesturlönd** – glasafrjóvgun og staðgöngumæðrun eru stundum tengd dulrænum samningum eða ætterni gefenda; fóstureyðingar sem skilja andlegar dyr eftir opnar.
- **Frumbyggjamenning um allan heim** – Nafngiftarathafnir anda eða tilfærsla á sjálfsmynd tótems.

**Sagan:** *Barnið með rangan anda*

Clara, hjúkrunarfræðingur frá Úganda, sagði frá því hvernig kona kom með nýfætt barn sitt í bænastund. Barnið öskraði stöðugt, hafnaði mjólk og brást ofsafengið við bæn.

Spádómsorð opinberaði að barnið hefði verið „skipt" í andanum við fæðingu. Móðirin játaði að galdralæknir hefði beðið fyrir maga hennar á meðan hún þráði örvæntingarfullt barn.

Með iðrun og áköfum bænum um frelsun varð barnið haltra en varð síðan friðsælt. Barnið dafnaði síðar — sýndi merki um endurheimtan frið og þroska.

Ekki eru allir kvillar hjá börnum náttúrulegir. Sumir eru **tilkomnir frá getnaði**.

**Aðgerðaáætlun – Endurheimta örlög móðurkviðar**

1. Ef þú ert foreldri, **vígðu barn þitt upp á nýtt Jesú Kristi**.
2. Afsalaðu þér öllum bölvunum, vígsluheitum eða sáttmálum fyrir fæðingu — jafnvel þeim sem forfeður hafa óafvitandi gert.
3. Talaðu beint til anda barnsins þíns í bæn: *„Þú tilheyrir Guði. Örlög þín eru endurreist."*
4. Ef þú ert barnlaus, biddu þá yfir móðurkviði þínum og hafnaðu allri andlegri stjórnun eða fikti.

**Lykilritningargreinar:**

- Hósea 9:11–16 – Dómur yfir ókunnugum sæði
- Jesaja 49:25 – Að berjast fyrir börnin þín
- Lúkas 1:41 – Börn fyllt af andanum frá móðurkviði
- Sálmur 139:13–16 – Guð ætlaði sér að skapa móðurkvið.

## Hópþátttaka

- Látið foreldra koma með nöfn eða myndir af börnum sínum.
- Yfir hverju nafni skal lýst yfir: „Sjálfsmynd barnsins þíns er endurheimt. Sérhver ókunnug hönd er höggin af."
- Biðjið fyrir andlegri hreinsun móðurkviðar allra kvenna (og karla sem andlegra sæðisbera).
- Notaðu samfélag til að tákna endurheimt örlaga ætternis.

**Verkfæri til þjónustu:** Samfélagsþing, smurningarolía, prentuð nöfn eða barnavörur (valfrjálst).

### Lykilinnsýn

Satan beinist að móðurkviðinum því **þar mótast spámenn, stríðsmenn og örlög**. En hvert barn er hægt að endurheimta fyrir tilstilli Krists.

### Hugleiðingardagbók

- Hef ég einhvern tímann dreymt undarlega drauma á meðgöngu eða eftir fæðingu?
- Eru börnin mín að glíma við erfiðleika sem virðast óeðlilegir?
- Er ég tilbúinn að horfast í augu við andlegar orsakir uppreisnar eða tafa kynslóðanna?

### Bæn um endurheimt

*Faðir, ég færi móðurkvið minn, sæði mitt og börn mín að altari þínu. Ég iðrast allra dyra - þekktra eða óþekktra - sem veittu óvininum aðgang. Ég brýt alla bölvun, hollustu og djöfullega verkefni sem tengjast börnum mínum. Ég tala yfir þeim: Þið eruð heilög, útvalin og innsigluð til dýrðar Guðs. Örlög ykkar eru endurleyst. Í nafni Jesú. Amen.*

# DAGUR 26: FALIN ALTAR VALDAR — AÐ SLOSAST FRÁ ELITA-DULKÚLTÍSKUM SÁTTALUM

„Aftur tók djöfullinn hann með sér upp á mjög hátt fjall og sýndi honum öll ríki heims og dýrð þeirra og sagði: ‚Allt þetta gef ég þér, ef þú fellur fram og tilbiður mig.'" — Matteus 4:8–9

Margir halda að vald satans sé aðeins að finna í bakherbergjum eða myrkum þorpum. En sumir af hættulegustu sáttmálunum eru faldir á bak við fíngerð jakkaföt, úrvalsklúbba og áhrif sem ná yfir margar kynslóðir.

Þetta eru **altari máttarins** — mynduð með blóðeiðum, vígslum, leynilegum táknum og töluðum loforðum sem binda einstaklinga, fjölskyldur og jafnvel heilar þjóðir við yfirráð Lúsífers. Frá frímúrarareglu til kabbalískra helgiathafna, frá austurlenskum stjörnuvígslum til forn-egypskra og babýlonskra leyndardómaskóla — þau lofa uppljómun en veita fjötra.

**Alþjóðlegar tengingar**

- **Evrópa og Norður-Ameríka** – Frímúrarareglan, Rósakrossarreglan, Gullna dögunarreglan, Skull & Bones, Bæheimslundurinn, Kabbalavígslur.
- **Afríka** – Pólitískir blóðsáttmálar, samningar um stjórn forfeðraanda, bandalög um galdra á háu stigi.
- **Asía** – Upplýst samfélög, bandalög drekaanda, ættkvíslir tengdar fornum galdrum.
- **Rómönsku Ameríka** – Pólitísk santeria, helgisiðir tengdar samráðshringjum, samningar gerðir um velgengni og friðhelgi.
- **Mið-Austurlönd** – Fornbabýlonskir og assýrskir helgisiðir sem voru gefnir í arf undir trúarlegum eða konunglegum yfirskini.

**Vitnisburður – Barnabarn frímúrara finnur frelsi**

Carlos, sem ólst upp í áhrifamiklum fjölskyldu í Argentínu, vissi aldrei að afi hans hefði náð 33. stigi frímúrarareglunnar. Undarleg einkenni höfðu hrjáð líf hans — svefnlömun, skemmdarverk í samskiptum og stöðug vanhæfni til að ná árangri, sama hversu mikið hann reyndi.

Eftir að hafa sótt frelsunarfyrirlestur sem afhjúpaði tengsl við dulspeki elítunnar, horfðist hann í augu við fjölskyldusögu sína og fann frímúraraskreytingar og faldar dagbækur. Á miðnættisföstu afneitaði hann öllum blóðsáttmálum og lýsti yfir frelsi í Kristi. Í sömu viku fékk hann þann atvinnubylting sem hann hafði beðið eftir í mörg ár.

Háttsett altari skapar háþróaða andstöðu — en **blóð Jesú** talar hærra en nokkur eiður eða helgisiður.

**Aðgerðaáætlun – Að afhjúpa falda skálann**

1. **Rannsakaðu** : Eru frímúrara-, dulræn- eða leynileg tengsl í ætt þinni?
2. **Segðu upp** öllum þekktum og óþekktum sáttmálum með yfirlýsingum byggðum á Matteusi 10:26–28.
3. **Brennið eða fjarlægið** öll dulræn tákn: píramída, alsjáandi augu, áttavita, obeliska, hringa eða skikkjur.
4. **Biðjið upphátt** :

„*Ég brýt öll falin samkomulög við leynifélög, ljósdýrkunarhópa og falsk bræðralag. Ég þjóna aðeins Drottni Jesú Kristi.*"

**Hópumsókn**

- Látið meðlimi skrifa niður öll þekkt eða grunuð tengsl við dulspeki elítunnar.
- Leiðið **táknræna athöfn þar sem þeir slíta böndum** — rífa pappíra, brenna myndir eða smyrja ennið sem innsigli aðskilnaðar.
- Notið **Sálm 2** til að lýsa yfir rofi þjóðar- og fjölskyldusamsæra gegn smurða Drottins.

**Lykilinnsýn**

Mesta tak Satans er oft falið leyndarmálum og virðingu. Sönn frelsi byrjar þegar þú afhjúpar, afneitar og skiptir út þessum alturum fyrir tilbeiðslu og sannleika.

**Hugleiðingardagbók**

- Hef ég erft auð, völd eða tækifæri sem mér finnst andlega „óviðeigandi"?
- Eru einhver leynileg tengsl í ætterni mínu sem ég hef hunsað?
- Hvað mun það kosta mig að slíta aðgangi óguðlegra að völdum — og er ég tilbúinn til þess?

**Bæn um frelsun**

*Faðir, ég kem út úr öllum huldum skála, altari og samningum — í mínu nafni eða fyrir hönd ætternis minnar. Ég slít öll sálartengsl, öll blóðtengsl og öll eið sem gefin eru meðvitað eða ómeðvitað. Jesús, þú ert mitt eina ljós, minn eini sannleikur og mín eina skjól. Láttu eld þinn gleypa öll óguðleg tengsl við vald, áhrif eða blekkingar. Ég hljóta algjört frelsi, í nafni Jesú. Amen.*

# DAGUR 27: ÓHEILÖG BANDÖG — FRÍMÚRARAREGÐIN, ILLUMINATI OG ANDLEG ÍSÍRUNG

„Hafið ekkert með verk myrkursins að sælda, heldur afhjúpið þau." – Efesusbréfið 5:11

„Þér getið ekki drukkið bikar Drottins og bikar illra anda." – 1. Korintubréf 10:21

Það eru til leynifélög og alþjóðleg net sem kynna sig sem skaðlaus bróðursamtök – sem bjóða upp á góðgerðarstarfsemi, tengsl eða uppljómun. En á bak við tjöldin leynast dýpri eiðar, blóðsiðir, sálartengsl og lög af Lúsíferískri kenningu hulin „ljósi".

Frímúrarareglan, Illuminati, Eastern Star, Skull and Bones og systursamtök þeirra eru ekki bara félagsklúbbar. Þau eru altari hollustu – sum þeirra eru aldir aftur í tímann – hönnuð til að síast andlega inn í fjölskyldur, stjórnvöld og jafnvel kirkjur.

**Alþjóðlegt fótspor**

- **Norður-Ameríka og Evrópa** – Frímúraramuster, skoskar helgiathafnir, Skull & Bones eftir Yales kirkju.
- **Afríka** – Stjórnmálavígslur og konungsvígslur með frímúraraathafnum, blóðsáttmálar til verndar eða valds.
- **Asía** – Kabbala-skólar dulbúnir sem dulræn uppljómun, leyndarmál klausturathafnir.
- **Rómönsku Ameríka** – Falin elítureglur, Santeria sameinaðist elítuáhrifum og blóðsáttmálum.
- **Mið-Austurlönd** – Forn babýlonsk leynifélög tengd valdastofnunum og tilbeiðslu á fölsku ljósi.

## ÞESSI NET OFT:

- Krefjast blóðs eða munnlegra eiða.
- Notið dulræn tákn (áttavita, píramída, augu).
- Halda athafnir til að ákalla eða helga sál sína reglu.
- Veita áhrif eða auð í skiptum fyrir andlega stjórn.

**Vitnisburður – Játning biskups**

Biskup í Austur-Afríku játaði fyrir kirkju sinni að hann hefði einu sinni gengið til liðs við frímúrararegluna á lágu stigi á háskólaárunum — einfaldlega vegna „tengsla". En þegar hann kemst upp metorðastigann fór hann að sjá undarlegar kröfur: þagnareið, athafnir með bindum fyrir augu og táknum og „ljós" sem gerði bænalíf hans kalt. Hann hætti að dreyma. Hann gat ekki lesið Ritninguna.

Eftir að hafa iðrast og opinberlega fordæmt hverja einustu stöðu og heit, létti andlega þokan. Í dag prédikar hann Krist djarflega og afhjúpar það sem hann eitt sinn tók þátt í. Fjötrarnir voru ósýnilegir — þar til þeir brotnuðu.

**Aðgerðaáætlun – Að brjóta niður áhrif frímúrarareglunnar og leynifélaga**

1. **Bendið á** öll persónuleg eða fjölskyldutengd tengsl við frímúrararegluna, rósakrossaregluna, kabbala, höfuðkúpu og bein eða svipaðar leynilegar reglur.
2. **Afsala sér hverju stigi eða gráðu vígslu**, frá 1. til 33. eða hærra, þar á meðal öllum helgisiðum, táknum og eiðum. (Þú gætir fundið leiðbeinandi afsalunarleiðbeiningar á netinu.)
3. **Biðjið með valdi**:

„Ég rýf öll sálartengsl, blóðsáttmála og eiða sem gefin eru leynifélögum — af mér eða fyrir mína hönd. Ég endurheimti sál mína fyrir Jesú Krist!"

1. **Eyðileggið táknræna hluti**: skraut, bækur, skírteini, hringa eða innrammaðar myndir.
2. **Lýstu yfir** frelsi með því að nota:

- *Galatabréfið 5:1*
- *Sálmur 2:1–6*
- *Jesaja 28:15–18*

### Hópumsókn

- Látið hópinn loka augunum og biðja Heilagan Anda að opinbera öll leynileg tengsl eða fjölskyldubönd.
- Fyrirtækjaafsögn: farið í gegnum bæn til að segja upp öllum þekktum eða óþekktum tengslum við yfirráðamenn.
- Notið samfélag til að innsigla slitið og endurstilla sáttmála við Krist.
- Smyrjið höfuð og hendur — endurheimtið skýrleika hugans og heilagra verka.

### Lykilinnsýn

Það sem heimurinn kallar „elítu" gæti Guð kallað viðurstyggð. Ekki eru öll áhrif heilög – og ekki er allt ljós ljós. Það er ekkert til sem heitir skaðlaus leyndardómur þegar hann felur í sér andlega eiða.

### Hugleiðingardagbók

- Hef ég verið hluti af, eða verið forvitinn um, leynilegar reglur eða dulrænar uppljómunarhópa?
- Eru einhver merki um andlega blindu, stöðnun eða kulda í trú minni?
- Þarf ég að takast á við fjölskylduþátttöku af hugrekki og náð?

### Bæn frelsis

*Drottinn Jesús, ég kem fram fyrir þig sem hið eina sanna ljós. Ég afneita hverju bandi, hverju eiði, hverju fölsku ljósi og hverri hulinni skipan sem gerir tilkall til mín. Ég skera burt frímúrararegluna, leynifélög, forn bræðralag og öll andleg bönd sem tengjast myrkrinu. Ég lýsi því yfir að ég er undir blóði Jesú eins — innsiglað, frelsað og frjáls. Lát anda þinn brenna burt allar leifar þessara sáttmála. Í nafni Jesú, amen.*

# DAGUR 28: KABBALAH, ORKUNET OG FRÁBÆRNI DULSMÆSS „LJÓSS"

„*Því að Satan sjálfur þykist vera ljósengils.*" – 2. Korintubréf 11:14

„*Ljósið í þér er myrkur – hversu djúpt er það myrkur!*" – Lúkas 11:35

Í tímum þar sem andleg uppljómun er gagntekin, kafa margir óafvitandi ofan í fornar kabbalískar iðkanir, orkuheilun og dulrænar kenningar um ljós sem eiga rætur sínar að rekja til dulspekilegra kenninga. Þessar kenningar dulbúast oft sem „kristin dulspeki", „gyðingleg viska" eða „vísindaleg andleg málefni" – en þær eiga rætur að rekja til Babýlonar, ekki Síonar.

Kabbala er ekki bara gyðinglegt heimspekikerfi; það er andleg fylki byggð á leynilegum dulmálum, guðlegum útgeislum (Sefirot) og dulrænum leiðum. Þetta er sama freistandi blekkingin á bak við tarot, numerology, stjörnumerkjagáttir og nýaldarnet.

Margir frægir einstaklingar, áhrifavaldar og viðskiptajöfrar bera rauða strengi, hugleiða með kristalsorku eða fylgja Zohar án þess að vita að þeir eru að taka þátt í ósýnilegu kerfi andlegrar gildru.

**Alþjóðlegar flækjur**

- **Norður-Ameríka** – Kabbala-miðstöðvar dulbúnar sem vellíðunarrými; leiðsögn um orkuhugleiðslu.
- **Evrópa** – Drúídísk kabbala og dulræn kristni kennd í leynireglum.
- **Afríka** – Velmegunardýrkunarsöfnuðir sem blanda saman ritningum, tölufræði og orkugáttum.
- **Asía** – Chakraheilun endurnefnt sem „ljósvirkjun" í samræmi við alheimskóða.
- **Rómönsku Ameríka** – Dýrlingar blandaðir við kabbalíska erkiengla í dulrænni kaþólskri kirkju.

Þetta er freisting falsks ljóss — þar sem þekking verður að guði og uppljósun að fangelsi.

**Raunveruleg vitnisburður – Að sleppa úr „ljósgildrunni"**
Marisol, viðskiptaþjálfari frá Suður-Ameríku, hélt að hún hefði uppgötvað sanna visku í gegnum númerafræði og „guðlega orkuflæði" frá kabbalískum leiðbeinanda. Draumar hennar urðu ljóslifandi, sýnirnar skarpar. En friðurinn? Horfinn. Sambönd hennar? Að hrynja.

Hún fann sig kvalda af skuggaverum í svefni sínum, þrátt fyrir daglegar „ljósbænir". Vinkona sendi henni myndbandsvitnisburð fyrrverandi dulspekinga sem hafði hitt Jesú. Um nóttina kallaði Marisol á Jesú. Hún sá blindandi hvítt ljós - ekki dulrænt, heldur hreint. Friðurinn sneri aftur. Hún eyddi efni sínu og hóf frelsunarferð sína. Í dag rekur hún kristinn leiðbeiningarvettvang fyrir konur sem eru fastar í andlegri blekkingu.

**Aðgerðaáætlun – Að afsala sér fölskum lýsingu**

1. **Gerðu úttekt** á áhrifum þínum: Hefur þú lesið dulspekibækur, stundað orkuheilun, fylgst með stjörnuspám eða borið rauða strengi?
2. **Iðrast** þess að leita ljóss utan Krists.
3. **Slíta tengslum** við:
    - Kabbalah/Zohar kenningar
    - Orkulækningar eða ljósvirkjun
    - Englaáköll eða nafnaafkóðun
    - Heilög rúmfræði, númerafræði eða „kóðar"
4. **Biðjið upphátt** :

*„Jesús, þú ert ljós heimsins. Ég afneita öllu falsku ljósi, hverri dulrænni kenningu og hverri dulrænni gildru. Ég sný aftur til þín sem mín eina uppsprettu sannleikans!"*

1. **Ritningargreinar til að lýsa yfir** :
    - Jóhannes 8:12
    - Fimmta Mósebók 18:10–12
    - Jesaja 2:6
    - 2. Korintubréf 11:13–15

**Hópumsókn**

- Spyrjið: Hefur þú (eða fjölskylda) einhvern tíma tekið þátt í eða orðið fyrir kynnum af nýaldarkenningum, numerfræði, kabbala eða dulrænum „ljóskenningum"?
- Hópafneitun á fölsku ljósi og endurvígsla Jesú sem eina ljósinu.
- Notið salt og ljós ímyndir — gefið hverjum þátttakanda klípu af salti og kerti til að lýsa yfir: „Ég er salt og ljós í Kristi einum."

**Lykilinnsýn**

Ekki er allt ljós heilagt. Það sem lýsir upp utan Krists mun að lokum tortíma.

**Hugleiðingardagbók**

- Hef ég leitað þekkingar, krafts eða lækninga utan orðs Guðs?
- Hvaða andleg verkfæri eða kenningar þarf ég að losna við?
- Er einhver sem ég hef kynnt fyrir nýaldar- eða „ljós"-iðkun sem ég þarf nú að leiðbeina til baka?

**Bæn um frelsun**

*Faðir, ég samþykki hvern anda falsks ljóss, dulspeki og leyndrar þekkingar. Ég afneita Kabbalah, numerology, heilögum rúmfræði og hverjum myrkum dulmáli sem þykist vera ljós. Ég lýsi því yfir að Jesús sé ljós lífs míns. Ég geng frá blekkingarvegi og stíg inn í sannleikann. Hreinsaðu mig með eldi þínum og fylltu mig með Heilögum Anda. Í nafni Jesú. Amen.*

# DAGUR 29: SLÆRA ILLUMINATI — AÐ AFHJÚPA GRÍMU ELITA DULEFNARNETKERFA

„**K**onungar jarðarinnar ganga fram og höfðingjarnir safnast saman gegn Drottni og gegn hans smurða."— Sálmur 2:2

„*Ekkert er hulið, sem eigi skal opinberað verða, og ekkert er hulið, sem eigi skal í ljós komið.*" — Lúkas 8:17

Það er heimur innan okkar heims. Falinn í augsýn.

Frá Hollywood til fjármálaheimsins, frá stjórnmálagöngum til tónlistarvelda, stjórnar net myrkra bandalaga og andlegra samninga kerfum sem móta menningu, hugsun og vald. Þetta er meira en samsæri - þetta er forn uppreisn endurpökkuð fyrir nútímasviðið.

Illuminati er í kjarna sínum ekki bara leynifélag - það er Lúsíferísk dagskrá. Andleg píramídi þar sem þeir sem eru efst sverja hollustu með blóði, helgisiðum og sáluskiptum, oft vafið inn í tákn, tísku og poppmenningu til að móta fjöldann.

Þetta snýst ekki um ofsóknaræði. Þetta snýst um meðvitund.

**SÖNN SAGA – FERÐALAG frá frægð til trúar**

Marcus var upprennandi tónlistarframleiðandi í Bandaríkjunum. Þegar þriðja stóra smellurinn hans komst á vinsældarlistana var hann kynntur fyrir einkareknum klúbbi – öflugum körlum og konum, andlegum „leiðbeinendum", samningum sem voru gegnsýrðir af leynd. Í fyrstu virtist þetta eins og leiðsögn úrvals. Síðan komu „ákallstímarnir" – dimm herbergi, rauð ljós, söngur og spegilsiðir. Hann byrjaði að upplifa utanlíkamsferðir, raddir hvísluðu lögum að honum á nóttunni.

Eina nóttina, undir áhrifum og kvalum, reyndi hann að taka eigið líf. En Jesús greip inn í. Bæn ömmu sinnar braust í gegn. Hann flúði, hafnaði kerfinu og hóf langa frelsunarferð. Í dag afhjúpar hann myrkur bransans með tónlist sem vitnar um ljósið.

## FALIN STJÓRNKERFI

- **Blóðfórnir og kynferðislegar helgisiðir** – Vígsla til valds krefst skipta: líkama, blóðs eða sakleysis.
- **Hugarforritun (MK Ultra mynstur)** – Notað í fjölmiðlum, tónlist og stjórnmálum til að skapa sundraðar sjálfsmyndir og meðhöndlunaraðila.
- **Táknfræði** – Pýramídaaugu, fönixar, skákborðsgólf, uglur og öfugar stjörnur – hlið hollustu.
- **Lúsíferísk kenning** – „Gerðu það sem þú vilt", „Vertu þinn eigin guð", „ Ljósberaruppljómun ".

### Aðgerðaáætlun – Að losna við Elite Webs

1. **Iðrast** fyrir að taka þátt í hvaða kerfi sem er sem tengist dulrænni valdeflingu, jafnvel óafvitandi (tónlist, fjölmiðlar, samningar).
2. **Afsalaðu þér** frægð hvað sem það kostar, földum sáttmálum eða áhuga á lífsstíl elítunnar.
3. **Biðjið fyrir** hverjum samningi, vörumerki eða neti sem þið eruð hluti af. Biðjið Heilagan Anda að afhjúpa falin tengsl.
4. **Lýstu upphátt** :

„Ég hafna hverju kerfi, eiði og tákni myrkurs. Ég tilheyri Ljósríkinu. Sálin mín er ekki til sölu!"

1. **Akkeri ritningargreinar** :
    - Jesaja 28:15–18 – Sáttmáli við dauðann mun ekki standast
    - Sálmur 2 – Guð hlær að illum samsæriskenningum
    - 1. Korintubréf 2:6–8 – Höfðingjar þessarar aldar skilja ekki

visku Guðs.

# HÓPUMSÓKN

- Leiðið hópinn í **táknhreinsunarlotu** — komið með myndir eða lógó sem þátttakendur hafa spurningar um.
- Hvetjið fólk til að deila því hvar það hefur séð Illuminati-merki í poppmenningu og hvernig það mótaði skoðanir þeirra.
- Bjóðið þátttakendum að **endurnýja áhrif sín** (tónlist, tísku, fjölmiðla) til að þjóna tilgangi Krists.

## Lykilinnsýn
Öflugasta blekkingin er sú sem felur sig í töfrum. En þegar gríman er fjarlægð slitna keðjurnar.

## Hugleiðingardagbók

- Laðist ég að táknum eða hreyfingum sem ég skil ekki til fulls?
- Hef ég gefið heit eða gert samkomulag í leit að áhrifum eða frægð?
- Hvaða hluta af gjöfum mínum eða vettvangi þarf ég að gefa Guði aftur?

## Bæn frelsis
*Faðir, ég hafna öllum huldum byggingum, eiðum og áhrifum Illuminati og úrvals dulspekinnar. Ég afneita frægð án þín, valdi án tilgangs og þekkingu án Heilags Anda. Ég ógildi alla blóð- eða orðasáttmála sem nokkru sinni hafa verið gerðir yfir mig, meðvitað eða ómeðvitað. Jesús, ég set þig í hásæti sem Drottin yfir huga mínum, gjöfum og örlögum. Afhjúpa og eyðileggja allar ósýnilegar keðjur. Í þínu nafni rís ég upp og geng í ljósinu. Amen.*

# DAGUR 30:
# LEYNDARMÁLARSKÓLARNIR — FORN LEYNDARMÁL, NÚTÍMAÁNDRÆÐI

„Hálsar þeirra eru opnar grafir, tungur þeirra beita svikum, eitur nöðru er á vörum þeirra." — Rómverjabréfið 3:13

„Kallið ekki allt sem þetta fólk kallar samsæri, óttist ekki það sem það óttast... Drottinn allsherjar er sá sem þér skuluð telja heilagan..." — Jesaja 8:12–13

Löngu fyrir tíma Illuminati voru til fornu leyndardómsskólarnir — Egyptaland, Babýlon, Grikkland, Persía — sem ekki aðeins voru hannaðir til að miðla „þekkingu" heldur einnig til að vekja yfirnáttúrulega krafta með myrkum helgisiðum. Í dag eru þessir skólar endurvaknir í úrvalsháskólum, andlegum kyrrðarvölum, „vitundarbúðum" og jafnvel í gegnum netnámskeið sem dulbúast sem persónuleg þróun eða meðvitundarvakning á háu stigi.

Frá kabbala-hringjum til guðspeki, hermetískra vígslu og rósakrossara — markmiðið er það sama: „að verða eins og guðir", að vekja upp dulda krafta án þess að gefast upp fyrir Guði. Falinn söngur, heilög rúmfræði, geðvörpun, opnun heilaköngulsins og helgisiðir færa marga í andlega fjötra undir yfirskini „ljóss".

En hvert „ljós" sem ekki er rótgróin í Jesú er falskt ljós. Og hvern einasta falinn eið verður að brjóta.

**Sönn saga – Frá snillingi til yfirgefinnar**

Sandra*, suðurafrískur vellíðunarþjálfari, var vígð inn í egypska leyndardómsreglu í gegnum leiðbeiningarprógramm. Þjálfunin fól í sér orkustöðvastillingar, sólarhugleiðslur, tunglsiði og fornar viskubókmenntir. Hún byrjaði að upplifa „niðurhal" og „uppstigningar" en fljótlega breyttust þetta í kvíðaköst, svefnlömun og sjálfsvígshugsanir.

Þegar frelsunarprestur afhjúpaði upptökin, áttaði Sandra sig á því að sál hennar var bundin með heitum og andlegum samningum. Að afneita reglunni þýddi að hún missti tekjur og tengsl — en hún öðlaðist frelsi sitt. Í dag rekur hún lækningarmiðstöð sem miðast við Krist og varar aðra við blekkingum nýaldarinnar.

### Algengir þræðir leyndardómsskóla í dag

- **Kabbalah-hringir** – gyðingleg dulspeki blandað saman við númerafræði, engladýrkun og geðsvið.
- **Hermetismi** – kenningin „eins og að ofan, svo að neðan"; sem gefur sálinni kraft til að stjórna veruleikanum.
- **Rósakrossarar** – Leynilegar reglur tengdar gullgerðarbreytingum og uppstigningu anda.
- **Frímúrarareglan og dulræn bræðralög** – Lagskipt framþróun inn í hulið ljós; hver gráða bundin eiðum og helgisiðum.
- **Andlegar kyrrðarferðir** – Sálfræðilegar „uppljómunar"-athafnir með sjamönnum eða „leiðsögumönnum".

### Aðgerðaáætlun – Að brjóta niður forn ok

1. **Segjið frá ykkur** öllum sáttmálum sem gerðir eru með vígslum, námskeiðum eða andlegum samningum utan Krists.
2. **Aflýstu** krafti allra „ljós-" eða „orku-" uppspretta sem ekki á rætur sínar að rekja til Heilags Anda.
3. **Hreinsaðu** heimili þitt af táknum: ankhs, auga Hórusar, helgri rúmfræði, altari, reykelsi, styttum eða helgisiðabókum.
4. **Lýstu upphátt** :

„Ég hafna öllum fornum og nútíma leiðum til falsks ljóss. Ég lúti Jesú Kristi, hinu sanna ljósi. Sérhver leyndur eiður er brotinn með blóði hans."

## AKKERI RITNINGAR

- Kólossubréfið 2:8 – Engin innantóm og blekkjandi heimspeki
- Jóhannes 1:4–5 – Hið sanna ljós skín í myrkrinu
- 1. Korintubréf 1:19–20 – Guð eyðileggur visku hinna vitru.

## HÓPUMSÓKN

- Haldið táknræna „bókrollubrennslukvöld" (Postulasagan 19:19) — þar sem hópmeðlimir koma með og eyða öllum dulrænum bókum, skartgripum og hlutum.
- Biðjið fyrir fólki sem hefur „niðurhalað" undarlegri þekkingu eða opnað þriðja auga orkustöðvarnar í gegnum hugleiðslu.
- Leiðbeinið þátttakendum í gegnum bæn um **„ljósflutning"** — þar sem þið biðjið Heilagan Anda að taka yfir öll þau svið sem áður höfðu verið gefin dulrænu ljósi.

## LYKILINNSÝN

Guð felur ekki sannleikann í gátum og helgisiðum — hann opinberar hann fyrir tilstilli sonar síns. Varist „ljós" sem dregur þig inn í myrkrið.

## HUGLEIÐINGARDAGBÓK

- Hef ég gengið í einhvern net- eða hefðbundinn skóla sem lofar fornri visku, virkjun eða leyndardómsfullum kröftum?
- Eru til bækur, tákn eða helgisiðir sem ég hélt áður að væru skaðlaus en finn mig nú sannfærðan um?
- Hvar hef ég leitað andlegrar reynslu frekar en sambands við Guð?

### Bæn um frelsun

*Drottinn Jesús, þú ert vegurinn, sannleikurinn og ljósið. Ég iðrast allra leiða sem ég fór sem fór fram hjá orði þínu. Ég afneita öllum leyndardómsskólum, leynireglum, eiðum og vígslum. Ég slít sálartengsl við alla leiðsögumenn, kennara, anda og kerfi sem eiga rætur sínar að rekja til fornrar blekkingar. Lýstu ljósi þínu á hverjum huldu stað hjarta míns og fylltu mig með sannleika Anda þíns. Í nafni Jesú geng ég frjáls. Amen.*

# DAGUR 31: KABBALAH, HEILÖG RÚMFRÆÐI OG ELÍTULJÓSBLEKKING

„**Þ**ví að Satan sjálfur tekur á sig ljósengilsmynd." — 2. Korintubréf 11:14
„Hin leyndu hluti eru Drottni Guði vorum, en hið opinberaða er vor..." — 5. Mósebók 29:29

Í leit okkar að andlegri þekkingu felst hætta — freisting „falinnar visku" sem lofar krafti, ljósi og guðdómleika án Krists. Frá frægðarfólki til leynilegra skála, frá list til byggingarlistar, vefur blekkingarmynstur sér leið um allan heim og dregur leitendur inn í dulrænt vef **Kabbala**, **helgrar rúmfræði** og **leyndardómskenninga**.

Þetta eru ekki skaðlausar vitsmunalegar kannanir. Þetta eru inngangar að andlegum sáttmálum við föllin engla sem þykjast vera ljós.

## ALÞJÓÐLEGAR BIRTINGARMYNDIR

- **Hollywood og tónlistariðnaðurinn** – Margir frægir einstaklingar bera opinberlega kabbalah-armbönd eða húðflúra helg tákn (eins og lífsins tré) sem rekja má til dulspeki gyðinga.
- **Tíska og byggingarlist** – Frímúraramynstur og helg rúmfræðileg mynstur (lífsblómið, sexhyrningar, auga Hórusar) eru felld inn í fatnað, byggingar og stafræna list.
- **Mið-Austurlönd og Evrópa** – Kabbala-námsstöðvar dafna meðal yfirstéttarinnar og blanda oft saman dulspeki við númerafræði, stjörnuspeki og englaáköll.
- **Net- og nýaldarhringir um allan heim** – YouTube, TikTok og hlaðvörp staðla „ljóskóða", „orkugáttir", „3-6-9 titring" og kenningar um „guðdómlega fylkið" sem byggja á heilögum rúmfræði

og kabbalískum ramma.

**Sönn saga — Þegar ljós verður að lygi**

Jana, 27 ára gömul kona frá Svíþjóð, byrjaði að kanna kabbala eftir að hafa fylgt uppáhaldssöngkonunni sinni sem þakkaði henni fyrir „skapandi vakningu" hennar. Hún keypti rauða armbandið, byrjaði að hugleiða með rúmfræðilegum mandölum og lærði englaheiti úr fornum hebreskum textum.

Hlutirnir fóru að breytast. Draumar hennar urðu undarlegir. Hún fann verur við hlið sér í svefni, hvísluðu visku — og kröfðust síðan blóðs. Skuggar fylgdu henni, en samt þráði hún meira ljós.

Að lokum rakst hún á myndband á netinu um frelsun og áttaði sig á því að kvalir hennar voru ekki andleg uppstigning heldur andleg blekking. Eftir sex mánaða frelsunartíma, föstu og brennslu á öllum kabbalískum hlutum í húsi sínu, fór friðurinn að koma aftur. Hún varar nú aðra við í gegnum bloggið sitt: „Falska ljósið eyddi mér næstum því."

## AÐ GREINA LEIÐINA

Kabbala, þótt stundum sé klædd trúarlegum klæðum, hafnar Jesú Kristi sem einu leiðinni til Guðs. Hún upphefur oft **„guðdómlega sjálfið"**, stuðlar að **miðlun** og **uppstigningu lífsins trés** og notar **stærðfræðilega dulspeki** til að kalla fram kraft. Þessar iðkanir opna **andlegar hliðar** - ekki til himins, heldur fyrir verur sem þykjast vera ljósberar.

Margar kabbalískar kenningar skarast við:

- Frímúrarareglan
- Rósakrossaratrú
- Gnostismi
- Lúsíferískar uppljómunarsöfnuðir

Sameiginlegur nefnari? Leit að guðdómi án Krists.

**Aðgerðaáætlun – Að afhjúpa og vísa frá fölsku ljósi**

1. **Iðrast** allrar þátttöku í Kabbalah, numerfræði, helgri rúmfræði eða kenningum „dularskólans".

2. **Eyðileggðu hluti** á heimilinu sem tengjast þessum iðkunum — mandala, altari, kabbalah-texta, kristalnet, skartgripi með helgum táknum.
3. **Afneitið öndum falsks ljóss** (t.d. Metatron, Raziel, Shekinah í dulrænni mynd) og skipið öllum fölskum englum að fara.
4. **Sökkvið ykkur niður** í einfaldleika og nægjusemi Krists (2. Korintubréf 11:3).
5. **Fastaðu og smyrðu þig** — augu, enni, hendur — afneitaðu allri falskri visku og lýstu yfir hollustu þinni við Guð einan.

**Hópumsókn**

- Deildu öllum upplifunum af „ljóskenningum", tölufræði, kabbalah miðlum eða helgum táknum.
- Teljið saman, sem hópur, upp orðasambönd eða skoðanir sem hljóma „andlega" en eru andvígar Kristi (t.d. „ég er guðdómlegur", „alheimurinn sér fyrir", „Kristsvitund").
- Smyrjið hvern og einn með olíu og kunngjörið Jóhannes 8:12 — *„Jesús er ljós heimsins."*
- Brennið eða fargið öllu efni eða hlutum sem vísa til helgrar rúmfræði, dulspeki eða „guðlegra kóða".

## LYKILINNSÝN

Satan kemur ekki fyrst sem eyðandinn. Hann kemur oft sem uppljósari — býður upp á leynda þekkingu og falskt ljós. En það ljós leiðir aðeins til dýpri myrkurs.

**Hugleiðingardagbók**

- Hef ég opnað anda minn fyrir einhverju „andlegu ljósi" sem fór fram hjá Kristi?
- Eru til tákn, orðasambönd eða hlutir sem ég hélt að væru skaðlausir en þekki nú sem gáttir?
- Hef ég sett persónulega visku fram yfir biblíulega sannleika?

**Bæn um frelsun**

Faðir, ég afneita öllu fölsku ljósi, dulrænum kenningum og leyndri þekkingu sem hefur flækt sál mína. Ég játa að aðeins Jesús Kristur er hið sanna ljós heimsins. Ég hafna kabbala, heilögu rúmfræði, tölufræði og öllum kenningum illra anda. Lát nú alla fölsuðu anda vera upprætt úr lífi mínu. Hreinsaðu augu mín, hugsanir mínar, ímyndunarafl mitt og anda minn. Ég er þinn einn - andi, sál og líkami. Í nafni Jesú. Amen.

# DAGUR 3 2: ANDINN INNRA OG HÁRGORMANNS — ÞEGAR BJARGLEIÐSLA KEMUR OF SEINT

„**Þ**eir hafa augu full af hórdómi ... þeir tæla óstöðugar sálir ... þeir hafa fylgt vegi Bíleams ... sem myrkrið er geymt fyrir að eilífu." — 2. Pétursbréf 2:14–17

„*Látið ekki blekkjast! Guð lætur ekki spotta sig. Maðurinn uppsker það sem hann sáir.*" — Galatabréfið 6:7

Það er til djöfulleg eftirlíking sem lætur til sín taka sem uppljómun. Hún læknar, gefur orku, gefur kraft – en aðeins um tíma. Hún hvíslar guðdómlegum leyndardómum, opnar „þriðja augað" þitt, leysir úr læðingi kraft í hryggnum – og **fjötrar þig síðan í kvöl**.

Það er **Kundalini**.

Andinn **af höggorminum**.

Falski „heilagur andi" Nýaldarinnar.

Þegar þessi kraftur hefur verið virkjaður — í gegnum jóga, hugleiðslu, geðlyf, áföll eða dulrænar helgisiði — vefst hann saman við hryggjarrótina og stígur upp eins og eldur í gegnum orkustöðvarnar. Margir telja þetta vera andlega vakningu. Í raun og veru er þetta **djöfulleg orka** dulbúin sem guðleg orka.

En hvað gerist þegar það **hverfur ekki**?

**Sönn saga – „Ég get ekki slökkt á því"**

Marissa, ung kristin kona í Kanada, hafði stundað „kristið jóga" áður en hún gaf Kristi líf sitt. Hún elskaði friðsælu tilfinningarnar, titringinn og ljóssýnirnar. En eftir eina ákafa stund þar sem hún fann hrygginn „kvikna" missti hún meðvitund – og vaknaði andvana. Um nóttina fór eitthvað **að angra hana í svefni**, snúa líkama hennar, birtast sem „Jesús" í draumum hennar – en hæddist að henni.

Hún hlaut **frelsun** fimm sinnum. Andarnir fóru — en sneru aftur. Hryggur hennar titraði enn. Augun hennar sáu stöðugt inn í andaheiminn. Líkami hennar hreyfðist ósjálfrátt. Þrátt fyrir hjálpræðið gekk hún nú í gegnum helvíti sem fáir kristnir skildu. Andi hennar var bjargað — en sál hennar var **misþyrmd, sprungin opin og sundruð**.

**Eftirköstin sem enginn talar um**

- **Þriðja augað er opið** : Stöðugar sýnir, ofskynjanir, andlegur hávaði, „englar" sem tala lygar.
- **Líkaminn hættir ekki að titra** : Óstjórnleg orka, þrýstingur í höfuðkúpu, hjartsláttarónot.
- **Óendanleg kvöl** : Jafnvel eftir 10+ frelsunarlotur.
- **Einangrun** : Prestar skilja ekki. Kirkjur hunsa vandamálið. Viðkomandi er stimplaður sem „óstöðugur".
- **Ótti við helvíti** : Ekki vegna syndar, heldur vegna kvölarinnar sem neitar að taka enda.

**Geta kristnir menn náð endalokum?**

Já — í þessu lífi. Þú getur **frelsast**, en svo sundurlaus að **sál þín kvelst allt til dauða**.

Þetta er ekki hræðsluáróður. Þetta er **spámannleg viðvörun**.

**Alþjóðleg dæmi**

- **Afríka** – Falsspámenn sleppa Kundalini-eldi út á meðan á guðsþjónustum stendur – fólk fær krampa, froðufellur, hlær eða öskrar.
- **Asía** – Jógameistarar stíga upp í „siddhi" (djöfullega haldna) og kalla það guðsmeðvitund .
- **Evrópa/Norður-Ameríka** – Nýkarismatískar hreyfingar sem beina „dýrðarríkjum", gelta, hlæja og detta stjórnlaust – ekki frá Guði.
- **Rómönsku Ameríka** – Sjamanísk vakning með því að nota ayahuasca (lyf úr jurtum) til að opna andlegar dyr sem þau geta ekki lokað.

## AÐGERÐARÁÆTLUN — EF þú hefur farið of langt

1. **Játið nákvæma gátt** : Kundalini jóga, hugleiðingar þriðja augans, nýaldarkirkjur, geðlyf o.s.frv.
2. **Hættu allri eftirför eftir frelsun** : Sumir andar kveljast lengur þegar þú heldur áfram að styrkja þá með ótta.
3. **Festu þig í Ritningunni DAGLEGA** — sérstaklega Sálmi 119, Jesaja 61 og Jóhannesi 1. Þessir kaflar endurnýja sálina.
4. **Að leggja sig fram fyrir samfélagið** : Finndu að minnsta kosti einn trúaðan sem er fylltur Heilögum Anda til að ganga með. Einangrun gefur illum öndum kraft.
5. **Afsalaðu þér allri andlegri „sjón", eldi, þekkingu, orku** — jafnvel þótt það finnist heilagt.
6. **Biddu Guð um miskunn** — Ekki einu sinni. Daglega. Á klukkutíma fresti. Haltu áfram. Guð fjarlægir það kannski ekki samstundis, en hann mun bera þig.

## HÓPUMSÓKN

- Haldið tíma til þögullar hugleiðingar. Spyrjið: Hef ég sótt andlegan kraft fram yfir andlegan hreinleika?
- Biðjið fyrir þeim sem þjást af óbilandi kvöl. Lofið EKKI tafarlausu frelsi - lofið **lærisveinsstarfi** .
- Kennið muninn á **ávexti andans** (Galatabréfið 5:22–23) og **sálarlegum birtingarmyndum** (skjálfta, hita, sýnir).
- Brenndu eða eyðileggðu alla hluti nýaldar: orkustöðvartákn, kristalla, jógamottur, bækur, olíur, „Jesúkort".

**Lykilinnsýn**

Það er **lína** sem hægt er að fara yfir — þegar sálin verður að opnu hliði og neitar að lokast. Andi þinn kann að vera frelsaður … en sál þín og líkami geta samt lifað í kvölum ef þú hefur verið saurgaður af dulrænu ljósi.

**Hugleiðingardagbók**

- Hef ég nokkurn tímann sótt meira eftir valdi, eldi eða spádómlegri sýn en heilagleika og sannleika?
- Hef ég opnað dyr með „kristnum" iðkunum nýaldar?
- Er ég tilbúinn að **ganga daglega** með Guði, jafnvel þótt fullkomin frelsun taki mörg ár?

**Bæn um að lifa af**

Faðir, ég hrópa um miskunn. Ég afneita öllum snákaanda, kundalini-krafti, opnun þriðja augans, falskum eldi eða nýaldar-eftirlíkingum sem ég hef nokkurn tíma snert. Ég gef sál mína - brotin eins og hún er - aftur til þín. Jesús, bjargaðu mér ekki aðeins frá synd, heldur frá kvölum. Innsiglaðu hlið mín. Læknaðu huga minn. Lokaðu augum mínum. Kremstu höggorminn í hrygg mínum. Ég bíð þín, jafnvel í sársaukanum. Og ég mun ekki gefast upp. Í nafni Jesú. Amen.

# DAGUR 33: ANDINN INNRA OG HÁRGORMANNS — ÞEGAR BJARGLEIÐSLA KEMUR OF SEINT

„Þeir *hafa augu full af hórdómi ... þeir tæla óstöðugar sálir ... þeir hafa fylgt vegi Bíleams ... sem myrkrið er geymt fyrir að eilífu.*" — 2. Pétursbréf 2:14–17

„*Látið ekki blekkjast! Guð lætur ekki spotta sig. Maðurinn uppsker það sem hann sáir.*" — Galatabréfið 6:7

Það er til djöfulleg eftirlíking sem lætur til sín taka sem uppljómun. Hún læknar, gefur orku, gefur kraft – en aðeins um tíma. Hún hvíslar guðdómlegum leyndardómum, opnar „þriðja augað" þitt, leysir úr læðingi kraft í hryggnum – og **fjötrar þig síðan í kvöl**.

Það er **Kundalini**.

Andinn **af höggorminum**.

Falski „heilagur andi" Nýaldarinnar.

Þegar þessi kraftur hefur verið virkjaður — í gegnum jóga, hugleiðslu, geðlyf, áföll eða dulrænar helgisiði — vefst hann saman við hryggjarrótina og stígur upp eins og eldur í gegnum orkustöðvarnar. Margir telja þetta vera andlega vakningu. Í raun og veru er þetta **djöfulleg orka** dulbúin sem guðleg orka.

En hvað gerist þegar það **hverfur ekki**?

**Sönn saga – „Ég get ekki slökkt á því"**

Marissa, ung kristin kona í Kanada, hafði stundað „kristið jóga" áður en hún gaf Kristi líf sitt. Hún elskaði friðsælu tilfinningarnar, titringinn og ljóssýnirnar. En eftir eina ákafa stund þar sem hún fann hrygginn „kvikna" missti hún meðvitund – og vaknaði andvana. Um nóttina fór eitthvað **að angra hana í svefni**, snúa líkama hennar, birtast sem „Jesús" í draumum hennar – en hæddist að henni.

Hún hlaut **frelsun** fimm sinnum. Andarnir fóru — en sneru aftur. Hryggur hennar titraði enn. Augun hennar sáu stöðugt inn í andaheiminn. Líkami hennar hreyfðist ósjálfrátt. Þrátt fyrir hjálpræðið gekk hún nú í gegnum helvíti sem fáir kristnir skildu. Andi hennar var bjargað — en sál hennar var **misþyrmd, sprungin opin og sundruð**.

**Eftirköstin sem enginn talar um**

- **Þriðja augað er opið** : Stöðugar sýnir, ofskynjanir, andlegur hávaði, „englar" sem tala lygar.
- **Líkaminn hættir ekki að titra** : Óstjórnleg orka, þrýstingur í höfuðkúpu, hjartsláttarónot.
- **Óendanleg kvöl** : Jafnvel eftir 10+ frelsunarlotur.
- **Einangrun** : Prestar skilja ekki. Kirkjur hunsa vandamálið. Viðkomandi er stimplaður sem „óstöðugur".
- **Ótti við helvíti** : Ekki vegna syndar, heldur vegna kvölarinnar sem neitar að taka enda.

**Geta kristnir menn náð endalokum?**

Já — í þessu lífi. Þú getur **frelsast** , en svo sundurlaus að **sál þín kvelst allt til dauða** .

Þetta er ekki hræðsluáróður. Þetta er **spámannleg viðvörun** .

**Alþjóðleg dæmi**

- **Afríka** – Falsspámenn sleppa Kundalini-eldi út á meðan á guðsþjónustum stendur – fólk fær krampa, froðufellur, hlær eða öskrar.
- **Asía** – Jógameistarar stíga upp í „siddhi" (djöfullega haldna) og kalla það guðsmeðvitund .
- **Evrópa/Norður-Ameríka** – Nýkarismatískar hreyfingar sem beina „dýrðarríkjum", gelta, hlæja og detta stjórnlaust – ekki frá Guði.
- **Rómönsku Ameríka** – Sjamanísk vakning með því að nota ayahuasca (lyf úr jurtum) til að opna andlegar dyr sem þau geta ekki lokað.

### Aðgerðaráætlun — Ef þú hefur farið of langt

1. **Játið nákvæma gátt**: Kundalini jóga, hugleiðingar þriðja augans, nýaldarkirkjur, geðlyf o.s.frv.
2. **Hættu allri eftirför eftir frelsun**: Sumir andar kveljast lengur þegar þú heldur áfram að styrkja þá með ótta.
3. **Festu þig í Ritningunni** DAGLEGA — sérstaklega Sálmi 119, Jesaja 61 og Jóhannesi 1. Þessir kaflar endurnýja sálina.
4. **Að leggja sig fram fyrir samfélagið**: Finndu að minnsta kosti einn trúaðan sem er fylltur Heilögum Anda til að ganga með. Einangrun gefur illum öndum kraft.
5. **Afsalaðu þér allri andlegri „sjón", eldi, þekkingu, orku** — jafnvel þótt það finnist heilagt.
6. **Biddu Guð um miskunn** — Ekki einu sinni. Daglega. Á klukkutíma fresti. Haltu áfram. Guð fjarlægir það kannski ekki samstundis, en hann mun bera þig.

**Hópumsókn**

- Haldið tíma til þögullar hugleiðingar. Spyrjið: Hef ég sótt andlegan kraft fram yfir andlegan hreinleika?
- Biðjið fyrir þeim sem þjást af óbilandi kvöl. Lofið EKKI tafarlausu frelsi - lofið **lærisveinsstarfi**.
- Kennið muninn á **ávexti andans** (Galatabréfið 5:22–23) og **sálarlegum birtingarmyndum** (skjálfta, hita, sýnir).
- Brenndu eða eyðileggðu alla hluti nýaldar: orkustöðvartákn, kristalla, jógamottur, bækur, olíur, „Jesúkort".

**Lykilinnsýn**

Það er **lína** sem hægt er að fara yfir — þegar sálin verður að opnu hliði og neitar að lokast. Andi þinn kann að vera frelsaður ... en sál þín og líkami geta samt lifað í kvölum ef þú hefur verið saurgaður af dulrænu ljósi.

**Hugleiðingardagbók**

- Hef ég nokkurn tímann sótt meira eftir valdi, eldi eða spádómlegri sýn en heilagleika og sannleika?
- Hef ég opnað dyr með „kristnum" iðkunum nýaldar?
- Er ég tilbúinn að **ganga daglega** með Guði, jafnvel þótt fullkomin frelsun taki mörg ár?

**Bæn um að lifa af**

Faðir, ég hrópa um miskunn. Ég afneita öllum snákaanda, kundalini-krafti, opnun þriðja augans, falskum eldi eða nýaldar-eftirlíkingum sem ég hef nokkurn tíma snert. Ég gef sál mína - brotin eins og hún er - aftur til þín. Jesús, bjargaðu mér ekki aðeins frá synd, heldur frá kvölum. Innsiglaðu hlið mín. Læknaðu huga minn. Lokaðu augum mínum. Kremstu höggorminn í hrygg mínum. Ég bíð þín, jafnvel í sársaukanum. Og ég mun ekki gefast upp. Í nafni Jesú. Amen.

# DAGUR 34: MÚRARARAR, LÖG OG BÖLGUN — Þegar bræðralag verður að fjötrum

„*Eigið ekki samneyti við verk myrkursins, sem ekki bera ávöxt, heldur afhjúpið þau.*" — Efesusbréfið 5:11

„*Þú skalt ekki gjöra sáttmála við þá né við guði þeirra.*" — 2. Mósebók 23:32

Leynifélög lofa velgengni, tengslum og fornri visku. Þau bjóða upp á **eiða, prófgráður og leyndarmál** sem eru gefin „til góðra manna". En það sem flestir gera sér ekki grein fyrir er að þessi félög eru **sáttmálaaltari**, oft byggð á blóði, blekkingum og djöfullegri hollustu.

Frá frímúrarareglunni til Kabbala, Rósakrossarunum til Skull & Bones — þessi samtök eru ekki bara klúbbar. Þau eru **andlegir samningar**, smíðaðir í myrkri og innsiglaðir með helgisiðum sem **bölva kynslóðum**.

Sumir gengu til liðs við þá fúslega. Aðrir áttu forfeður sem gerðu það.

Hvort heldur sem er, þá helst bölvunin — þar til hún er brotin.

**Falinn arfur — Saga Jasons**

Jason, farsæll bankamaður í Bandaríkjunum, hafði allt í sínu lagi — fallega fjölskyldu, auð og áhrif. En á nóttunni vaknaði hann kafnandi, sá hettuklæddar verur og heyrði galdra í draumum sínum. Afi hans hafði verið 33. stigs frímúrari og Jason bar enn hringinn.

Hann sagði einu sinni í gríni frímúraraeiðin á klúbbviðburði — en um leið og hann gerði það fór **eitthvað að koma honum á óvart**. Hugur hans fór að brotna niður. Hann heyrði raddir. Konan hans yfirgaf hann. Hann reyndi að binda enda á allt saman.

Á helgidómi greindi einhver tengslin við Frímúrarakirkjuna. Jason grét er hann **afneitaði öllum sínum eiðum**, braut hringinn og varð fyrir frelsun í þrjár klukkustundir. Um nóttina svaf hann í friði í fyrsta skipti í mörg ár.

Vitnisburður hans?

*„Þú grínast ekki með leyniölturum. Þau tala — þangað til þú lætur þau þegja í nafni Jesú."*

## ALÞJÓÐAVEFUR BRÆÐRALAGSINS

- **Evrópa** – Frímúrarareglan er djúpt rótuð í viðskiptum, stjórnmálum og kirkjudeildum.
- **Afríka** – Illuminati og leynilegar reglur bjóða upp á auð í skiptum fyrir sálir; sértrúarsöfnuðir í háskólum.
- **Rómönsku Ameríka** – Jesúítahreyfing og frímúraraathafnir blandast kaþólskri dulspeki.
- **Asía** – Fornir leyndardómaskólar, musterisprestdómar tengdir kynslóðareiðum.
- **Norður-Ameríka** – Eastern Star, Scottish Rite, bræðralög eins og Skull & Bones, Bohemian Grove elítan.

Þessir sértrúarsöfnuðir ákalla oft „Guð" en ekki **Guð Biblíunnar** — þeir vísa til hins **mikla arkitekts**, ópersónulegs afls sem tengist **ljósi Lúsíferíu**.

### Merki um að þú sért fyrir áhrifum

- Langvinnir sjúkdómar sem læknar geta ekki útskýrt.
- Ótti við framfarir eða ótti við að slíta sig frá fjölskyldukerfum.
- Draumar um skikkjur, helgisiði, leynidyr, skálar eða undarlegar athafnir.
- Þunglyndi eða geðveiki í karlkyns ætt.
- Konur sem glíma við ófrjósemi, ofbeldi eða ótta.

### Aðgerðaáætlun til að bjarga fólki

1. **Afsalaðu þér öllum þekktum eiðum** – sérstaklega ef þú eða fjölskylda þín voruð hluti af frímúrarareglunni, Rósakrossarreglunni, Austurstjörnunni, Kabala eða einhverju „bræðralagi".
2. **Brjótið öll stig** – frá innrituðum lærlingi til 33. stigs, að nafni til.
3. **Eyðileggðu öll tákn** – hringa, svuntur, bækur, hengiskraut, skírteini

o.s.frv.
4. **Lokaðu hliðinu** – andlega og lagalega með bæn og yfirlýsingu.

*Notaðu þessi ritningarvers:*

- Jesaja 28:18 — „Sáttmáli þinn við dauðann skal ógildur verða."
- Galatabréfið 3:13 - „Kristur keypti okkur undan bölvun lögmálsins."
- Esekíel 13:20–23 — „Ég mun rífa slæður ykkar og frelsa fólk mitt."

## Hópumsókn

- Spyrjið hvort einhver meðlimur hafi átt foreldra eða afa og ömmur í leynifélögum.
- Leiðið **leiðsögn í afneitun** í gegnum allar gráður frímúrarareglunnar (þið getið búið til prentað handrit fyrir þetta).
- Notið táknrænar athafnir — brennið gamlan hring eða teiknið kross á ennið til að ógilda „þriðja augað" sem opnast í helgisiðum.
- Biðjið yfir huga, hálsi og baki — þetta eru algengir staðir þar sem fólk er fjötrað.

## Lykilinnsýn
**Bræðralag án blóðs Krists er bræðralag í fjötrum.**
Þú verður að velja: sáttmála við manninn eða sáttmála við Guð.
## Hugleiðingardagbók

- Hefur einhver í fjölskyldu minni tekið þátt í frímúrarareglu, dulspeki eða leynilegum eiðum?
- Hef ég óafvitandi lesið upp eða hermt eftir heitum, trúarjátningum eða táknum sem tengjast leynifélögum?
- Er ég tilbúinn að brjóta fjölskylduhefðir til að ganga að fullu í sáttmála Guðs?

## Bæn um afsögn
**Faðir, í nafni Jesú afneita ég öllum sáttmálum, eiðum eða helgisiðum sem tengjast frímúrarareglunni, kabbala eða einhverju leynifélagi — í lífi**

mínu eða ætterni. Ég brýt hverja gráðu, hverja lygi, hverja djöfullega réttindi sem veitt voru með helgiathöfnum eða táknum. Ég lýsi því yfir að Jesús Kristur er mitt eina ljós, minn eini arkitekt og minn eini Drottinn. Ég fæ frelsi núna, í nafni Jesú. Amen.

# DAGUR 35: NORNIR Í KRÓKABEKJUNUM — ÞEGAR ILLSKAN KEMUR INN UM KIRKJUDYRIN

„**Þ***ví að slíkir menn eru falspostular, svikulir verkamenn, sem dulbúa sig sem postular Krists. Og það er ekki undarlegt, því að jafnvel Satan dulbúir sig sem ljósengil.*" — 2. Korintubréf 11:13–14

„*Ég þekki verkin þín, kærleika þinn og trú ... En það hef ég á móti þér, að þú þolir konuna Jesebel, sem kallar sig spákonu ...*" — Opinberunarbókin 2:19–20

Hættulegasta nornin er ekki sú sem flýgur á nóttunni.

Hún er sú sem **situr við hliðina á þér í kirkjunni**.

Þeir klæðast ekki svörtum skikkjum né ríða á kústsköftum.

Þeir leiða bænastundir. Syngja í tilbeiðsluteymum. Spá í tungum. Þeir eru prestar í kirkjum. Og samt ... eru þeir **berar myrkurs**.

Sumir vita nákvæmlega hvað þeir eru að gera — sendir sem andlegir morðingjar.

Aðrir eru fórnarlömb forfeðrafals eða uppreisnar og starfa með óhreinum **gjöfum**.

**Kirkjan sem skjól — saga „Miriams"**

Miriam var vinsæll frelsunarþjónn í stórri vesturafrískri kirkju. Rödd hennar skipaði illum öndum að flýja. Fólk ferðaðist um þjóðir til að láta hana smyrja sig.

En Miriam hafði leyndarmál: á nóttunni ferðaðist hún út fyrir líkama sinn. Hún sá heimili kirkjumeðlima, veikleika þeirra og ætterni. Hún hélt að þetta væri „spádómurinn".

Máttur hennar jókst. En kvalir hennar jukust líka.

Hún fór að heyra raddir. Gat ekki sofið. Börnin hennar voru ráðist á. Eiginmaður hennar yfirgaf hana.

Hún játaði loksins: ömmu sinni, öflugri norn sem lét hana sofa undir bölvuðum teppum, hafði „virkjað" hana sem barn.

„Ég hélt að ég væri fylltur heilögum anda. Það var andi ... en ekki heilagur."
Hún fór í gegnum frelsun. En stríðið hefur aldrei hætt. Hún segir:
„Ef ég hefði ekki játað, hefði ég dáið á altari í eldi ... í kirkju."

**Alþjóðlegar aðstæður falinna galdra í kirkjunni**

- **Afríka** – Andleg öfund. Spámenn nota spádóma, helgisiði og vatnsanda. Mörg altari eru í raun hlið.
- **Evrópa** – Miðlar sem þykjast vera „andlegir þjálfarar". Galdrar vafin inn í nýaldarkristni.
- **Asía** – Musterisprestar ganga inn í kirkjur til að planta bölvunum og snúa sér til geðrænna eftirlitsmanna.
- **Rómönsku Ameríka** – Santería - iðkandi „prestar" sem prédika frelsun en fórna kjúklingum á nóttunni.
- **Norður-Ameríka** – Kristnar nornir sem fullyrða að þær séu „Jesú og tarotspil", orkulæknar á kirkjusviðum og prestar sem taka þátt í frímúrarareglunni.

**Merki um galdra sem starfa í kirkjunni**

- Þunglyndi eða ruglingur meðan á guðsþjónustu stendur.
- Draumar um snáka, kynlíf eða dýr eftir guðsþjónustur.
- Leiðtogar falla skyndilega í synd eða hneyksli.
- „Spádómar" sem stjórna, tæla eða vekja skömm.
- Sá sem segir „Guð sagði mér að þú værir eiginmaður minn/eiginkona."
- Undarlegir hlutir fundust nálægt predikunarstólnum eða alturunum.

## AÐGERÐAÁÆTLUN TIL AÐ bjarga fólki

1. **Biðjið um greindargreind** — Biðjið Heilagan Anda að opinbera hvort það séu faldar nornir í samfélagi ykkar.
2. **Prófið alla anda** — jafnvel þótt þeir hljómi andlega (1.

Jóhannesarguðspjall 4:1).
3. **Slitið sálartengsl** — Ef einhver sem er óhreinn hefur beðið fyrir ykkur, spáð fyrir ykkur eða snert ykkur, **afneitið því**.
4. **Biðjið yfir kirkju ykkar** — Lýsið yfir eldi Guðs til að afhjúpa hvert hulið altari, leynda synd og andlegan blekkingu.
5. **Ef þú ert fórnarlamb** — Leitaðu þér hjálpar. Ekki þegja eða vera ein(n).

## Hópumsókn

- Spyrjið hópmeðlimi: Hefur ykkur einhvern tímann fundist þið óþægileg eða fundið fyrir andlegri misnotkun í kirkjuþjónustu?
- Leið **sameiginlega hreinsunarbæn** fyrir félagsskapinn.
- Smyrjið hvern einasta mann og lýstu yfir **andlegri eldvegg** umhverfis huga, altari og gjafir.
- Kennið leiðtogum hvernig á að **prófa gáfur** og **anda** áður en þeim er leyft að taka að sér sýnileg hlutverk.

## Lykilinnsýn
**Ekki eru allir sem segja „Drottinn, Drottinn" frá Drottni.**
Kirkjan er **aðalvígvöllur** andlegrar mengunar — en einnig staður lækninga þegar sannleikurinn er áréttaður.

### Hugleiðingardagbók

- Hef ég fengið bænir, leiðbeiningar eða leiðsögn frá einhverjum sem bar vanheilagan ávöxt í lífi sínu?
- Hefur mér liðið „illa" eftir kirkju en ég hunsað það?
- Er ég tilbúinn að horfast í augu við galdra jafnvel þótt það sé í jakkafötum eða syngi á sviði?

### Bæn um afhjúpun og frelsi
Drottinn Jesús, ég þakka þér fyrir að vera hið sanna ljós. Ég bið þig nú að afhjúpa alla falda myrkursins sem starfar í eða í kringum líf mitt og samfélag. Ég afneita öllum vanheilögum boðskap, fölskum spádómum eða sálartengslum sem ég hef fengið frá andlegum svikurum. Hreinsaðu mig

með blóði þínu. Hreinsaðu gjafir mínar. Varðveit hlið mín. Brenndu burt alla falsa anda með heilögum eldi þínum. Í nafni Jesú. Amen.

# DAGUR 36: DULDÐIR GALDRAR — ÞEGAR LÖG, TÍSKA OG KVIKMYNDIR VERÐA AÐ GÁTTARHLIÐUM

„*Taktu ekki þátt í verkum myrkursins sem ekki skilur eftir sig, heldur afhjúpaðu þau.*" – Efesusbréfið 5:11

„*Hafðu engan áhuga á guðlausum goðsögnum og kjánasögum, heldur æfðu þig í guðrækileika.*" – 1. Tímóteusarbréf 4:7

Ekki byrjar hver bardagi með blóðfórn.

Sumir byrja með **takti**.

Lagi. Grípandi texta sem festist í sálinni. Eða **tákni** á fötunum þínum sem þér fannst „flott".

Eða „skaðlausri" sýningu sem þú horfir á á meðan djöflar brosa í skuggunum.

Í ofurtengdum heimi nútímans er galdra **dulkóðað** — það felur sig í **augsýn** í fjölmiðlum, tónlist, kvikmyndum og tísku.

**Myrkt hljóð — Sönn saga: „Heyrnartólin"**

Elía, 17 ára gamall drengur í Bandaríkjunum, byrjaði að fá kvíðaköst, svefnlausar nætur og djöfullega drauma. Kristnir foreldrar hans héldu að þetta væri streita.

En á meðan á frelsunarfundi stóð fyrirskipaði Heilagur Andi teyminu að spyrja um **tónlist hans**.

Hann játaði: „Ég hlusta á trap metal. Ég veit að það er dökkt ... en það hjálpar mér að finna fyrir mátt."

Þegar liðið spilaði eitt af uppáhaldslögunum hans í bæn, átti sér stað **birtingarmynd**.

Takturinn var kóðaður með **söngröðum** úr dulrænum helgisiðum. Aftur á bak grímu leiddi í ljós setningar eins og „gefðu sál þína undir" og „Lúsífer talar".

Um leið og Elía eyddi tónlistinni, iðraðist og hafnaði tengslunum, sneri friðurinn aftur.

Stríðið hafði komist inn um **eyrahlið hans**.

## Alþjóðleg forritunarmynstur

- **Afríka** – Afrobeat lög tengd peningasiðum; „juju"-tilvísanir faldar í textum; tískuvörumerki með táknum sjávarríkis.
- **Asía** – K-popp með undirmeðvituðum kynferðislegum og andlegum skilaboðum; anime-persónur innblásnar af shinto-djöflahefð.
- **Rómönsku Ameríka** – Reggaeton ýtir undir Santería -söngva og afturvirkt kóðaða galdra.
- **Evrópa** – Tískuhús (Gucci, Balenciaga) fella satanískar myndir og helgisiði inn í tískupallamenninguna.
- **Norður-Ameríka** – Hollywood-kvikmyndir sem eru kóðaðar með galdrum (Marvel, hryllingsmyndir, „ljós vs dökk"-myndir); teiknimyndir sem nota galdra til gamans.

**Common Entry Portals (and Their Spirit Assignments)**

| Media Type | Portal | Demonic Assignment |
|---|---|---|
| Music | Beats/samples from rituals | Torment, violence, rebellion |
| TV Series | Magic, lust, murder glorification | Desensitization, soul dulling |
| Fashion | Symbols (serpent, eye, goat, triangles) | Identity confusion, spiritual binding |
| Video Games | Sorcery, blood rites, avatars | Astral transfer, addiction, occult alignment |
| Social Media | Trends on "manifestation," crystals, spells | Sorcery normalization |

## AÐGERÐARÁÆTLUN – GREINA, afeitra, verja

1. **Skoðaðu spilunarlistann þinn, fataskápinn og áhorfsferilinn**. Leitaðu að dulrænu, girndarlegu, uppreisnargjörnu eða ofbeldisfullu efni.
2. **Biðjið Heilagan Anda að afhjúpa** öll óheilög áhrif.
3. **Eyða og eyðileggja**. Ekki selja eða gefa. Brenna eða farga neinu djöfullegu - hvort sem það er efnislegu eða stafrænu.
4. **Smyrjið áhöld ykkar**, herbergi og eyru. Lýsið þeim helguðum til dýrðar Guði.
5. **Skiptu út fyrir sannleika** : Tilbeiðslutónlist, guðrækilegar kvikmyndir, bækur og ritningarlestrar sem endurnýja hugann.

### Hópumsókn

- Leiðið meðlimi í „fjölmiðlaúttekt". Látið hvern og einn skrifa niður þætti, lög eða hluti sem hann grunar að gætu verið gátt.
- Biddu í gegnum síma og heyrnartól. Smyrðu þau.
- Taktu hópföstu í „afeitrunarföstu" — 3 til 7 daga án veraldlegra fjölmiðla. Nærðu þig eingöngu á orði Guðs, tilbeiðslu og samfélagi.
- Berið vitni um niðurstöðurnar á næsta fundi.

### Lykilinnsýn
**Djöflar þurfa ekki lengur helgidóm til að komast inn í hús þitt. Þeir þurfa bara samþykki þitt til að ýta á spilun.**

### Hugleiðingardagbók

- Hvað hef ég horft á, heyrt eða klæðst sem gæti opnað dyr að kúgun?
- Er ég tilbúinn að gefa upp það sem skemmtir mér ef það er líka að þræla mig?
- Hef ég eðlilegt uppreisn, girnd, ofbeldi eða háð í nafni „listar"?

**BÆN UM HREINSUN**

**Drottinn Jesús**, ég kem fram fyrir þig og bið um algera andlega afeitrun. Afhjúpa alla dulkóðaða galdra sem ég hef hleypt inn í líf mitt í gegnum tónlist, tísku, leiki eða fjölmiðla. Ég iðrast þess að horfa á, klæðast og hlusta á það sem vanvirðir þig. Í dag slít ég sálartengslin. Ég rek út alla anda uppreisnar, galdra, girndar, ruglings eða kvöl. Hreinsa augu mín, eyru og hjarta. Ég helga nú líkama minn, fjölmiðla og val þér einum. Í nafni Jesú. Amen.

# DAGUR 37: ÓSÝNILEGU VALDARSALTARI — FRÍMÚRARARAR, KABBALA OG DULMÁLARÆÐI ELITA

„Aftur tók djöfullinn hann með sér upp á mjög hátt fjall og sýndi honum öll ríki heims og dýrð þeirra og sagði: ,Allt þetta gef ég þér, ef þú fellur fram og tilbiður mig.'" – Matteus 4:8–9

„Þér getið ekki drukkið bikar Drottins og bikar illra anda, þér getið ekki átt bæði borð Drottins og borðhald illra anda." – 1. Korintubréf 10:21

Það eru altari falin ekki í hellum, heldur í fundarherbergjum.

Andar ekki bara í frumskógum — heldur í stjórnarhöllum, fjármálaturnum, bókasöfnum Ivy League-ættarinnar og helgidómum dulbúnum sem „kirkjur".

Velkomin í heim úrvals **dulspekinnar** :

Frímúrarar, Rósakrossarar , Kabbalistar , Jesúítareglur, Austurstjörnur og hulin lúsíferísk prestastétt sem **dylja hollustu sína við Satan með helgisiðum, leynd og táknum** . Guðir þeirra eru skynsemi, vald og forn þekking - en **sálir þeirra eru skuldbundnar myrkrinu** .

**Falið í augsýn**

- **Frímúrarareglan** þykir bræðralag smiða — en æðri stig hennar kalla á djöfla, sverja dauðaeiða og upphefja Lúsífer sem „ljósbera".
- **Kabbala** lofar dulrænum aðgangi að Guði - en hún kemur Jahve lúmskt í staðinn fyrir orkukort frá geimnum og tölufræði.
- **Jesúíta-dulspeki** , í sínum spilltu myndum, blandar oft saman kaþólskum myndmálum við andlega meðferð og stjórn á heimskerfum.
- **Hollywood, tískuheimurinn, fjármálin og stjórnmálin** bera öll með sér dulkóðaða skilaboð, tákn og **opinberar helgisiði sem eru í raun tilbeiðsluþjónusta við Lúsífer** .

Þú þarft ekki að vera frægur einstaklingur til að verða fyrir áhrifum. Þessi kerfi **menga þjóðir** með:

- Fjölmiðlaforritun
- Menntakerfi
- Trúarleg málamiðlun
- Fjárhagsleg ósjálfstæði
- Helgisiðir dulbúnir sem „vígslur", „loforð" eða „vörumerkjasamningar"

**Sönn saga – „Skálinn eyðilagði ætterni mitt"**
Salómon (nafnið breytt), farsæll viðskiptajöfur frá Bretlandi, gekk til liðs við Frímúrarabústað til að mynda tengsl. Hann reis hratt upp, öðlaðist auð og virðingu. En hann byrjaði líka að fá hræðilegar martraðir - menn í möttlum sem kölluðu á hann, blóðeiða, dökk dýr eltu hann. Dóttir hans byrjaði að skera sig og hélt því fram að „nærvera" hefði látið hana gera það.

Eina nóttina sá hann mann í herbergi sínu – hálfan mann, hálfan sjakal – sem sagði við hann: „*Þú ert minn. Verðið hefur verið greitt.*" Hann hafði samband við frelsunarþjónustu. Það tók **sjö mánuði af afneitun, föstu, uppköstum og því að skipta út öllum dulrænum böndum** – áður en friður komst á.

Hann uppgötvaði síðar: **Afi hans var múrari í 33. gráðu. Hann hafði aðeins haldið arfleifðinni áfram án þess að vita af því.**

**Alþjóðleg nálægð**

- **Afríka** – Leynifélög meðal ættbálkahöfðingja, dómara, presta — sem sverja blóðseirða í skiptum fyrir vald.
- **Evrópa** – Mölturriddarar, illuministastúkur og úrvals dulrænir háskólar.
- **Norður-Ameríka** – Frímúrarastofnanir undir flestum stofnskjölum, dómsstofnunum og jafnvel kirkjum.
- **Asía** – Falin drekadýrkun, forfeðrareglur og stjórnmálahópar sem eiga rætur sínar að rekja til blendinga búddisma og sjamanisma.
- **Rómönsku Ameríka** – Samstilltar sértrúarsöfnuðir sem blanda saman kaþólskum dýrlingum og lúsíferískum öndum eins og Santa Muerte eða Baphomet.

**Aðgerðaáætlun — Að flýja úrvalsaltara**

1. **Afsala sér** allri þátttöku í frímúrarareglunni, Austurstjörnunni, Jesúítaeiðum, gnostískum bókum eða dulspekikerfum — jafnvel „fræðilegri" rannsókn á slíku.
2. **Eyðileggið** skraut, hringa, nálar, bækur, svuntur, ljósmyndir og tákn.
3. **Brjótið niður bölvanir** — sérstaklega dauðaeiða og innvígsluheit. Notið Jesaja 28:18 („Sáttmáli ykkar við dauðann verður ógildur...").
4. **Fastaðu í þrjá daga** á meðan þú lest Esekíel 8, Jesaja 47 og Opinberunarbókina 17.
5. **Skiptu um altarið** : Vígðu þig aftur altari Krists einum (Rómverjabréfið 12:1–2). Samfélag. Tilbeiðsla. Smurning.

*Þú getur ekki verið í hirð himnanna og í hirð Lúsífers á sama tíma. Veldu altari þitt.*

**Hópumsókn**

- Kortleggið algengustu elítusamtök á ykkar svæði — og biðjið beint gegn andlegum áhrifum þeirra.
- Haldið fund þar sem meðlimir geta játað í trúnaði hvort fjölskyldur þeirra hafi verið tengdar frímúrarareglunni eða svipuðum sértrúarsöfnuðum.
- Komið með olíu og altarismáltíð — leiðið fjöldaafneitun á eiðum, helgisiðum og innsiglum sem gjörðir eru í leyni.
- Brjótið stoltið — minnið hópinn á: **Enginn aðgangur er sálu ykkar virði.**

**Lykilinnsýn**

Leynifélög lofa ljósi. En aðeins Jesús er ljós heimsins. Öll önnur altari krefjast blóðs — en geta ekki frelsað.

**Hugleiðingardagbók**

- Var einhver í ætt minni þátttakandi í leynifélögum eða „skipunum"?
- Hef ég lesið eða átt dulrænar bækur sem eru dulbúnar sem fræðilegar ritgerðir?

- Hvaða tákn (pentagram, alsjáandi augu, sólir, höggormar, píramídar) leynast í fötum mínum, list eða skartgripum?

**Bæn um afsögn**

Faðir, ég afneita öllum leynifélögum, stúkum, eiðum, helgisiðum eða altari sem ekki eru stofnuð á Jesú Kristi. Ég brýt sáttmála feðra minna, ætterni mínu og minn eigin munn. Ég hafna frímúrarareglu, kabbala, dulspeki og öllum leyndum samningum sem gerðir eru um vald. Ég tortíma öllum táknum, öllum innsiglum og hverri lygi sem lofaði ljósi en veitti fjötra. Jesús, ég set þig aftur í hásæti sem minn eina meistara. Lát ljós þitt skína á alla leynda staði. Í þínu nafni geng ég frjáls. Amen.

# DAGUR 38: MÓÐURSÁTTAR OG VATNSRÍKI — ÞEGAR ÖRLÖGIN ER ÓREIN FYRIR FÆÐINGU

„*Óguðlegir eru fjarlægir frá móðurkviði, þeir villast af leið um leið og þeir eru fæddir og tala lygar.*" — Sálmur 58:3

„*Áður en ég myndaði þig í móðurkviði þekkti ég þig, áður en þú fæddist helgaði ég þig...*" — Jeremía 1:5

Hvað ef bardagarnir sem þú ert að heyja hefðu ekki byrjað með vali þínu - heldur hugmynd þinni?

Hvað ef nafn þitt væri nefnt á myrkum stöðum meðan þú værir enn í móðurkviði?

Hvað ef **sjálfsmynd þín væri skipt út**, **örlög þín seld** og **sál þín merkt** – áður en þú andaðir fyrst?

Þetta er veruleiki **vígslu neðansjávar**, **sáttmála sjávaranda** og **fullyrðinga um dulræna móðurkviði sem binda kynslóðir saman**, sérstaklega á svæðum með djúpstæðar forfeðra- og strandathafnir.

**Vatnsríkið — Hásæti Satans fyrir neðan**

Í hinu ósýnilega tilveruríki ræður Satan **meiru en bara loftinu**. Hann stjórnar einnig **hafheiminum** — víðfeðmu djöfullegu neti anda, altara og helgisiða undir höfum, ám og vötnum.

**Sjávarandar** (almennt kallaðir *Mami Wata*, *drottning strandarinnar*, *andaeiginkonur/eiginmenn* o.s.frv.) bera ábyrgð á:

- Ótímabær dauði
- Ófrjósemi og fósturlát
- Kynferðisleg fjötrar og draumar
- Andleg kvöl
- Kvillar hjá nýburum

- Uppgangs- og hrunsmynstur fyrirtækja

En hvernig fá þessir andar **lagalegan grundvöll** ?
**Í móðurkviði.**
**Ósýnilegar vígslur fyrir fæðingu**

- **Forfeðravígsla** – Barn sem er „lofað" guði ef það fæðist heilbrigt.
- **Dulspekilegar prestar** snerta legið á meðgöngu.
- **Sáttmálanöfn** gefin af fjölskyldu — óafvitandi til heiðurs sjávardrottningum eða öndum.
- **Fæðingarathafnir** framkvæmdar með árvatni, heillagripum eða jurtum úr helgidómum.
- **Naflastrengsgreftrun** með galdra.
- **Meðganga í dulrænum umhverfum** (t.d. frímúrarareglustúkum, nýaldarmiðstöðvum, fjölkvænissöfnuðum).

Sum börn fæðast sem þrælar. Þess vegna öskra þau ofsalega við fæðingu — andi þeirra skynjar myrkur.
**Sönn saga – „Barnið mitt tilheyrði ánni"**
Jessica, frá Síerra Leóne, hafði verið að reyna að verða þunguð í fimm ár. Loksins varð hún ólétt eftir að „spámaður" gaf henni sápu til að baða sig með og olíu til að nudda á legið. Barnið fæddist sterkt — en þriggja mánaða gamalt byrjaði það að gráta stanslaust, alltaf á nóttunni. Hann hataði vatn, öskraði í baði og skalf stjórnlaust þegar hann var færður nálægt ánni.

Dag einn fékk sonur hennar krampa og dó í fjórar mínútur. Hann lifnaði við – og **byrjaði að tala í fullum orðum níu mánaða gamall** : „Ég á ekki heima hér. Ég tilheyri drottningunni."

Skelfd leitaði Jessica björgunar. Barnið var ekki fyrr en eftir 14 daga föstu og afneitunarbæner – eiginmaður hennar þurfti að eyðileggja fjölskyldulíkneski sem var falið í þorpinu hans áður en kvalirnar hættu.

Ungbörn fæðast ekki tóm. Þau fæðast inn í bardaga sem við verðum að heyja fyrir þeirra hönd.

## ALÞJÓÐLEGAR HLIÐSTÆÐUR

- **Afríka** – Altarur við fljót, vígsluathöfnir fyrir Mami Wata, fylgjuathafnir.
- **Asía** – Vatnsandar kallaðir á við fæðingar búddista eða anísta.
- **Evrópa** – sáttmálar drúída um ljósmæður, vatnsathafnir forfeðranna, vígsluathöfnir frímúrara.
- **Rómönsku Ameríka** – Nafngiftir Santeria, andar fljóta (t.d. Oshun), fæðing samkvæmt stjörnuspákortum.
- **Norður-Ameríka** – Fæðingarathafnir nýaldar, dáleiðslufæðingar með andaleiðsögumönnum, „blessunarathafnir" með miðlum.

### Merki um fjötra sem hefst í móðurkviði

- Endurteknar fósturlátsmynstur kynslóð eftir kynslóð
- Næturhræðsla hjá ungbörnum og börnum
- Óútskýrð ófrjósemi þrátt fyrir læknisfræðilegt leyfi
- Stöðugir draumar um vatn (höf, flóð, sund, hafmeyjur)
- Óskynsamlegur ótti við vatn eða drukknun
- Tilfinningin að vera „krafin" — eins og eitthvað sé að fylgjast með frá fæðingu

---

### Aðgerðaáætlun — Brjótið móðurkviðsáttmálann

1. **Biddu Heilagan Anda** að opinbera hvort þú (eða barn þitt) hafir verið vígð/ur í gegnum móðurkviðarathafnir.
2. **Segðu frá þér** öllum sáttmálum sem gerðir eru á meðgöngu — meðvitað eða ómeðvitað.
3. **Biddu yfir þinni eigin fæðingarsögu** — jafnvel þótt móðir þín sé ekki tiltæk, talaðu sem löglegur andlegur hliðvörður lífs þíns.
4. **Fastaðu með Jesaja 49 og Sálm 139** – til að endurheimta guðdómlega teikningu þína.
5. **Ef þú ert barnshafandi**: Smyrðu magann og talaðu daglega um ófætt barn þitt:

*„Þér eruð helgaðir Drottni. Enginn andi vatns, blóðs eða myrkurs skal ná yfirráðum yfir yður. Þér tilheyrið Jesú Kristi — líkami, sál og andi."*

### Hópumsókn

- Biðjið þátttakendur að skrifa niður það sem þeir vita um fæðingarsögu sína — þar á meðal helgisiði, ljósmæður eða nafngiftir.
- Hvetjið foreldra til að vígja börn sín upp á nýtt í „Krist-miðaða nafngiftar- og sáttmálaþjónustu".
- Leiðið bænir þar sem þið brjótið vatnssáttmála með hliðsjón af *Jesaja 28:18*, *Kólossubréfinu 2:14* og *Opinberunarbókinni 12:11*.

### Lykilinnsýn

Móðurkviðurinn er hlið — og það sem fer í gegnum hann kemur oft inn með andlegan farangur. En ekkert móðurkviðaraltari er stærra en krossinn.

### Hugleiðingardagbók

- Voru einhverjir hlutir, olíur, heillar eða nöfn sem komu við sögu í getnaði mínum eða fæðingu?
- Upplifi ég andlegar árásir sem hófust í bernsku?
- Hef ég óafvitandi gefið börnum mínum sjósáttmála?

### Bæn um lausn

**Himneski faðir, þú þekktir mig áður en ég var myndaður. Í dag brýt ég alla falda sáttmála, vatnsathafnir og vígslu djöfulsins sem gerð var við eða fyrir fæðingu mína. Ég hafna öllum fullyrðingum um sjávaranda, kunningjaanda eða kynslóðabundnar alturur í móðurkviði. Lát blóð Jesú endurskrifa fæðingarsögu mína og sögu barna minna. Ég er fæddur af andanum - ekki af vatnsaltarum. Í nafni Jesú. Amen.**

# DAGUR 39: SKÍRÐ Í VATNI Í FJÁRMÁL — HVERNIG UNGBÖRN, UPPHAFSSTAFIR OG ÓSÝNIR SÁTTAR OPNA HURÐIR

„Þeir úthelltu saklausu blóði, blóði sona sinna og dætra, sem þeir fórnuðu skurðgoðum Kanaans, og landið var vanhelgað með blóði þeirra." — Sálmur 106:38

„Er hægt að taka herfang frá stríðsmönnum eða bjarga föngum frá grimmi?" En svo segir Drottinn: „Já, föngum verður tekið frá stríðsmönnum og herfang sótt frá grimmi..." — Jesaja 49:24–25

Mörg örlög fóru ekki bara **af sporinu á fullorðinsárum** — þeim var **rænt í bernsku**.

Þessi saklausa nafngiftarathöfn...

Þessi afslappaða dýfa í á „til að blessa barnið"...

Peningurinn í hendinni... Skurðurinn undir tungunni... Olían frá „andlegri ömmu"... Jafnvel upphafsstafirnir sem gefnir voru við fæðingu...

Þau kunna öll að virðast menningarleg. Hefðbundin. Skaðlaus.

En ríki myrkursins **leynist í hefðinni** og mörg börn hafa verið **vígð í leyni** áður en þau gátu nokkurn tíma sagt „Jesús".

**Sönn saga – „Ég var nefndur af ánni"**

Á Haítí ólst drengur að nafni Malick upp við undarlegan ótta við ár og storma. Sem smábarn fór amma hans með hann að læk til að „kynna honum fyrir öndunum" til verndar. Hann byrjaði að heyra raddir sjö ára gamall. Tíu ára gamall fékk hann næturheimsóknir. Fjórtán ára gamall reyndi hann sjálfsmorð eftir að hafa fundið fyrir „nærveru" alltaf við hlið sér.

Á frelsunarfundi birtust illu andarnir af ofsafengnum krafti og öskruðu: „Við komum að ánni! Við vorum kölluð með nafni!" Nafn hans, „Malick", hafði verið hluti af andlegri nafngiftarhefð til að „heiðra árdrottninguna."

Þangað til hann fékk nafnið sitt í Kristi héldu kvalirnar áfram. Hann þjónar nú í frelsunarstarfi meðal ungmenna sem eru föst í forfeðravígslu.

## Hvernig það gerist — Falin gildrur

1. **Upphafsstafir sem sáttmálar**
   Sumir upphafsstafir, sérstaklega þeir sem tengjast ættfeðrum, fjölskylduguðum eða vatnaguðum (t.d. „MM" = Mami/Marine; „OL" = Oya/Orisha ættkvísl), virka sem djöflaundirskriftir.
2. **Ungbarnadýfingar í ám/lækjum.**
   Þetta eru oft **skírnir í sjávaranda**.
3. **Leynilegar nafngiftarathafnir**
   þar sem annað nafn (annað en opinbera nafnið) er hvíslað eða sagt fyrir framan altari eða helgidóm.
4. **Fæðingarblettarathafnir.**
   Olíur, aska eða blóð eru sett á enni eða útlimi til að „merkja" barn fyrir anda.
5. **Vatnsfóðraðir naflastrengsgreftranir**
   Naflastrengjum er varpað í ár, læki eða grafinn með vatnsgaldra — og barnið er bundið við vatnsaltari.

Ef foreldrar þínir gerðu þig ekki að sáttmála við Krist, þá eru líkur á að einhver annar hafi gert tilkall til þín.

## Alþjóðlegar dulrænar venjur við legtengingu

- **Afríka** – Börn eru nefnuð eftir árgoðum og snúrur grafnar nálægt sjávaraltarum.
- **Karíbahaf/Rómönsku Ameríka** – Skírnarathafnir í Santeria-stíl, vígsluathöfnir í jórúba-stíl með jurtum og hlutum frá ánni.
- **Asía** – Hindúatrúarathafnir sem fela í sér vatn frá Ganges, nafngiftir sem reiknaðar eru út samkvæmt stjörnuspeki tengdar frumefnum.
- **Evrópa** – Druidískar eða dulrænar nafngiftarhefðir sem ákalla skóga-/vatnsverði.
- **Norður-Ameríka** – Vígsluathafnir frumbyggja, nútíma Wicca-blessanir fyrir börn, nafngiftarathafnir nýaldar þar sem kallað er á

„forna leiðsögumenn".

## Hvernig veit ég það?

- Óútskýrðar kvalir í bernsku, veikindi eða „ímyndaðir vinir"
- Draumar um ár, hafmeyjur, að vera eltur af vatni
- Andúð á kirkjum en áhugi á dulrænum hlutum
- Djúp tilfinning um að vera „fylgt eftir" eða fylgst með frá fæðingu
- Að uppgötva annað nafn eða óþekkta athöfn tengda bernsku þinni

## Aðgerðaáætlun – Endurleysið bernskuna

1. **Spyrðu Heilagan Anda** : Hvað gerðist þegar ég fæddist? Hvaða andlegar hendur snertu mig?
2. **Afsalaðu þér öllum leyndum vígsluheitum** , jafnvel þótt það sé gert í fáfræði: „Ég hafna öllum sáttmála sem gerður er fyrir mína hönd sem ekki var við Drottin Jesú Krist."
3. **Rjúfa tengsl við nöfn, upphafsstafi og tákn forfeðra** .
4. **Notaðu Jesaja 49:24–26, Kólossubréfið 2:14 og 2. Korintubréf 5:17** til að lýsa yfir sjálfsmynd þinni í Kristi.
5. Ef þörf krefur, **haldið endurvígsluathöfn** — bjóðið ykkur (eða börn ykkar) fram fyrir Guði á ný og gefið upp ný nöfn ef það er leitt.

# HÓPUMSÓKN

- Bjóðið þátttakendum að rannsaka sögu nafna sinna.
- Skapaðu rými fyrir andlega nafngift ef það er leitt — leyfðu fólki að krefjast nöfna eins og „Davíð", „Ester" eða sjálfsmynda sem eru leidd af anda.
- Leiðið hópinn í táknrænni *endurskírn* vígslu — ekki vatnsdýfingu, heldur smurningu og orðbundnum sáttmála við Krist.
- Látið foreldra brjóta sáttmála fyrir börn sín í bæn: „Þið tilheyrið Jesú — enginn andi, fljót eða tengsl við forfeður eiga sér neinn lagalegan

grundvöll."

## Lykilinnsýn
Upphaf þitt skiptir máli. En það þarf ekki að skilgreina endi þinn. Öll kröfu um ána er hægt að brjóta með ánni blóðs Jesú.

## Hugleiðingardagbók

- Hvaða nöfn eða upphafsstafir voru mér gefnir og hvað þýða þeir?
- Voru einhverjar leynilegar eða menningarlegar helgisiðir framkvæmdar við fæðingu mína sem ég þarf að afneita?
- Hef ég sannarlega helgað líf mitt – líkama minn, sál, nafn og sjálfsmynd – Drottni Jesú Kristi?

## Bæn um endurlausn
**Faðir Guð, ég kem fram fyrir þig í nafni Jesú. Ég afneita öllum sáttmálum, vígslu og helgisiðum sem ég gerði við fæðingu mína. Ég hafna allri nafngift, vatnsvígslu og kröfum um forfeður. Hvort sem það er með upphafsstöfum, nafngiftum eða falnum alturum - ég afnema öll djöfulleg réttindi til lífs míns. Ég lýsi því nú yfir að ég er að fullu þín. Nafn mitt er skrifað í Lífsins bók. Fortíð mín er hulin blóði Jesú og sjálfsmynd mín er innsigluð af Heilögum Anda. Amen.**

# DAGUR 40: FRÁ BJÖRGUN TIL BJÖRGUNAR — ÞINN VERKUR ER ÞÍN ÁKVÖRÐUN

„En fólkið, sem þekkir Guð sinn, mun vera sterkt og fremja stórvirki." — Daníel 11:32

„Þá vakti Drottinn upp dómara, sem frelsuðu þá úr höndum þessara ræningja." — Dómarabókin 2:16

Þú varst ekki frelsaður til að sitja kyrr í kirkju.

Þú varst ekki frelsaður bara til að lifa af. Þú varst frelsaður **til að frelsa aðra**

Sami Jesús og læknaði illmennið í Markúsi 5 sendi hann aftur til Dekapólis til að segja söguna. Enginn guðfræðiskóli. Engin vígsla. Bara **brennandi vitnisburður** og munnur í eldi.

**Þú ert þessi maður. Þessi kona. Þessi fjölskylda. Þessi þjóð.**

Sársaukinn sem þú hefur þolað er nú vopn þitt.

Kvölin sem þú slappst við er lúður þinn. Það sem hélt þér í myrkri verður nú **svið yfirráða þinna.**

**Sönn saga – Frá sjóbrúði til frelsunarþjóns**

Rebecca, frá Kamerún, var fyrrverandi brúður sjávaranda. Hún var vígð átta ára gömul við nafngiftarathöfn við ströndina. Sextán ára gömul stundaði hún kynlíf í draumum, stjórnaði körlum með augum sínum og hafði valdið mörgum skilnuðum með galdrum. Hún var þekkt sem „hin fallega bölvun".

Þegar hún kynntist fagnaðarerindinu í háskólanum fóru djöflar hennar á villigötur. Það tók sex mánuði af föstu, frelsun og djúpri lærisveinsþjálfun áður en hún varð frjáls.

Í dag heldur hún ráðstefnur um frelsun kvenna um alla Afríku. Þúsundir manna hafa hlotið frelsi vegna hlýðni hennar.

Hvað ef hún hefði þagað?

**Postulleg uppgangur — Alþjóðlegir frelsarar eru að fæðast**

- **Í Afríku** stofna fyrrverandi galdralæknar nú kirkjur.
- **Í Asíu** prédika fyrrverandi búddistar Krist í leynihúsum.
- **Í Rómönsku Ameríku** brjóta fyrrverandi Santería-prestar nú ölturu.
- **Í Evrópu** leiða fyrrverandi dulspekinga útskýrandi biblíunámskeið á netinu.
- **Í Norður-Ameríku** leiða þeir sem hafa orðið fyrir blekkingum nýaldarinnar vikulega Zoom-viðburði um frelsun.

Þau eru **ólíklegustu** , hinir brotnu, fyrrverandi þrælar myrkursins sem nú ganga í ljósinu — og **þú ert einn af þeim** .

**Lokaáætlun um aðgerða – Byrjaðu símtalið**

1. **Skrifaðu vitnisburð þinn** — jafnvel þótt þér finnist hann ekki dramatískur. Einhver þarfnast frelsissögu þinnar.
2. **Byrjaðu smátt** — Biddu fyrir vini. Haltu biblíunámskeið. Deildu frelsunarferli þínu.
3. **Hættu aldrei að læra** — Þeir sem gefa orðinu til kynna halda sig við orð ykkar, iðrast og vera skarpskyggnir.
4. **Hyljið fjölskyldu ykkar** — Lýsið daglega því yfir að myrkrið stöðvist hjá ykkur og börnum ykkar.
5. **Lýstu yfir andlegum stríðssvæðum** — vinnustaðnum þínum, heimilinu þínu, götunni þinni. Vertu hliðvörðurinn.

---

**Hópgangsetning**

Í dag er ekki bara helgiathöfn – þetta er **vígsluathöfn** .

- Smyrjið höfuð hvers annars með olíu og segið:

„Þú ert frelsaður til að frelsa. Rís þú upp, dómari Guðs."

- Segið upphátt sem hópur:

*„Við erum ekki lengur eftirlifendur. Við erum stríðsmenn. Við berum ljós og myrkrið nötrar."*

- Skipið bænapar eða ábyrgðaraðila til að halda áfram að vaxa í djörfung og áhrifum.

**Lykilinnsýn**
Mesta hefndin gegn myrkrinu er ekki bara frelsi.
Hún er margföldun.

**Lokahugleiðingardagbók**

- Hvenær vissi ég að ég hafði farið úr myrkrinu í ljósið?
- Hver þarf að heyra sögu mína?
- Hvar get ég byrjað að skína ljósi viljandi í þessari viku?
- Er ég tilbúinn að vera háðaður, misskilinn og veitt mótspyrna – til þess að frelsa aðra?

**Bæn um embættistöku**
**Faðir Guð, ég þakka þér fyrir 40 daga af eldi, frelsi og sannleika. Þú bjargaðir mér ekki bara til að veita mér skjól — þú frelsaðir mig til að frelsa aðra. Í dag tek ég á mig þennan skikkju. Vitnisburður minn er sverð. Ör mín eru vopn. Bænir mínar eru hamarar. Hlýðni mín er tilbeiðsla. Ég geng nú í nafni Jesú — sem kveikjari, frelsari, ljósberi. Ég er þinn. Myrkrið á engan stað í mér og engan stað í kringum mig. Ég tek minn stað. Í nafni Jesú. Amen.**

# 360° DAGLEG YFIRLÝSING UM BJARLSUN OG YFIRLÝSINGU – 1. hluti

„Ekkert vopn sem smíðað verður gegn þér mun sigra, og hverja tungu sem rís gegn þér í dómi munt þú dæma. Þetta er arfleifð þjóna Drottins..." — Jesaja 54:17

**Í dag og alla daga tek ég fulla stöðu mína í Kristi — í anda, sál og líkama.**

Ég loka öllum dyrum — þekktum sem óþekktum — að ríki myrkursins.

Ég slít öllum samskiptum, samningum, sáttmálum eða samfélagi við ill altari, forfeðraanda, andamaka, dulspekifélög, galdra og bandalög djöfla — fyrir blóð Jesú!

Ég lýsi því yfir að ég er ekki til sölu. Ég er ekki aðgengilegur. Ég er ekki ráðningarhæfur. Ég er ekki endurvígður.

Sérhver satanísk innköllun, andleg eftirlit eða ill áköll — dreifist í eldi, í nafni Jesú!

Ég bind mig huga Krists, vilja föðurins og rödd heilags anda.

Ég geng í ljósi, í sannleika, í krafti, í hreinleika og í tilgangi.

Ég lokaði hverju þriðja auga, sálarhliði og vanheilögum gátt sem opnast í gegnum drauma, áföll, kynlíf, helgisiði, fjölmiðla eða falskar kenningar.

Lát eld Guðs neyta allra ólöglegra innborgana í sálu minni, í nafni Jesú.

Ég tala við loftið, landið, hafið, stjörnurnar og himininn — þið munið ekki vinna gegn mér.

Sérhvert hulið altari, umboðsmaður, varðmaður eða hvíslandi illmenni sem er úthlutað gegn lífi mínu, fjölskyldu, köllun eða landsvæði — verðið afvopnuð og þöggð niður með blóði Jesú!

Ég legg hugann í orð Guðs.

Ég lýsi því yfir að draumar mínir eru helgaðir. Hugsanir mínar eru varðveittar. Svefn minn er heilagur. Líkami minn er musteri elds.

Frá þessari stundu og áfram geng ég í 360 gráðu frelsun — ekkert hulið, ekkert saknað.

Sérhver langvarandi fjötrar brotna. Sérhvert kynslóðarok brotnar. Sérhver óiðruð synd er afhjúpuð og hreinsuð.

Ég lýsi því yfir:

- **Myrkrið ræður ekki yfir mér.**
- **Heimili mitt er eldsvæði.**
- **Hlið mín eru innsigluð í dýrð.**
- **Ég lifi í hlýðni og geng í krafti.**

Ég rís upp sem frelsari kynslóðar minnar.

Ég mun ekki líta um öxl. Ég mun ekki snúa aftur. Ég er ljós. Ég er eldur. Ég er frjáls. Í voldugu nafni Jesú. Amen!

# 360° DAGLEG YFIRLÝSING UM BJARLSUN OG YFIRLÝSINGU – 2. hluti

**V**ernd gegn galdra, töfrum, dauðamönnum, miðlum og djöflaleiðum
**Frelsun** fyrir sjálfan þig og aðra undir áhrifum þeirra eða fjötrum
**Hreinsun og hylja** með blóði Jesú
**Endurreisn heilbrigði, sjálfsmyndar og frelsis** í Kristi
**Vernd og frelsi frá galdra, miðlum, dauðamönnum og andlegum fjötrum**
(með blóði Jesú og orði vitnisburðar okkar)
„Og þeir sigruðu hann fyrir blóð lambsins og fyrir orð vitnisburðar síns..."
— *Opinberunarbókin 12:11*
„Drottinn ... ónýtir tákn falsspámanna og gjörir spásagnamenn að fíflum ... staðfestir orð þjóns síns og framfylgir ráðum sendiboða sinna."
— *Jesaja 44:25–26*
„Andi Drottins er yfir mér ... til að boða frelsi fjötruðum og lausn fjötrum ..."
- *Lúkas 4:18*

**OPNUNARBÆN:**
Faðir Guð, ég kem djarflega í dag fyrir blóð Jesú. Ég viðurkenni kraftinn í þínu nafni og lýsi því yfir að þú einn ert frelsari minn og verndari. Ég stend sem þjónn þinn og vitni og ég kunngjöri orð þitt með djörfung og valdi í dag.

**YFIRLÝSINGAR UM VERND OG BJARGSLU**
1. **Frelsun frá galdra, miðlum, dauðamönnum og andlegum áhrifum:**

- Ég **brjót og afneita** öllum bölvunum, galdrum, spádómum, töfrum,

- stjórnun, eftirliti, geðvörpum eða sálartengslum - töluðum eða framkvæmdum - í gegnum galdra, dauðatrú, miðla eða andlegar rásir.
- Ég **lýsi því yfir** að **blóð Jesú** er gegn hverjum óhreinum anda sem reynir að binda, trufla, blekkja eða stjórna mér eða fjölskyldu minni.
- Ég býð að **öll andleg afskipti, eign, kúgun eða fjötra sálarinnar** verði nú rofin af yfirvaldinu í nafni Jesú Krists.
- Ég mæli **frelsun fyrir sjálfan mig og fyrir hvern þann sem, vitandi eða óvitandi, er undir áhrifum galdra eða falsks ljóss** . Komið út núna! Verið frjáls, í nafni Jesú!
- Ég kalla á eld Guðs til að **brenna hvert andlegt ok, satanískan samning og altari** sem reist er í andanum til að hneppa örlög okkar í þrældóm eða fanga þau.

„Engin töfrabrögð eru framkvæmd gegn Jakob né spásagnir gegn Ísrael." — *4. Mósebók 23:23*

2. Hreinsun og vernd sjálfs, barna og fjölskyldu:

- Ég bið blóð Jesú yfir **huga minn, sál, anda, líkama, tilfinningar, fjölskyldu, börn og vinnu.**
- Ég lýsi því yfir: Ég og hús mitt erum **innsigluð af heilögum anda og falin með Kristi í Guði.**
- Engin vopn sem smíðuð eru gegn okkur munu sigra. Sérhver tunga sem talar illt gegn okkur verður **dæmd og þögguð niður** í nafni Jesú.
- Ég afneita og rek út alla **anda ótta, kvöl, ruglings, freistingar eða stjórnunar** .

„Ég er Drottinn, sem ónýti tákn lyganna..." — *Jesaja 44:25*

3. Endurreisn sjálfsmyndar, tilgangs og heilbrigðs hugarfars:

- Ég endurheimti alla hluta sálar minnar og sjálfsmyndar sem var **verslaður, fastur eða stolinn** með blekkingum eða andlegum málamiðlunum.
- Ég lýsi því yfir: Ég hef **huga Krists** og ég geng í skýrleika, visku og valdi.

- Ég lýsi því yfir: Ég er **frelsaður frá hverri kynslóðarbölvun og heimilisgaldri** og ég geng í sáttmála við Drottin.

„Guð gaf mér ekki anda ótta, heldur anda máttar, kærleika og stilltar hugsunar." — *2. Tímóteusarbréf 1:7*

### 4. Dagleg umhyggja og sigur í Kristi:

- Ég lýsi því yfir: Í dag geng ég í guðlegri **vernd, greindargóðri hugsun og friði** .
- Blóð Jesú talar **betri hluti** fyrir mig — vernd, lækningu, vald og frelsi.
- Sérhvert illt verkefni sem sett var þessum degi er kollvarpað. Ég geng í sigri og sigri í Kristi Jesú.

„Þúsund falla mér við hlið og tíu þúsund mér til hægri handar, en þau koma ekki nálægt mér..." — *Sálmur 91:7*

### LOKA YFIRLÝSING OG VITNISBURÐUR:

„Ég sigrast á öllu myrkri, galdri, dauðatrú, töfrum, sálrænni meðferð, sálarmisferli og illri andlegri tilfærslu – ekki með mínum eigin styrk heldur **með blóði Jesú og orði vitnisburðar míns** ."

„Ég lýsi því yfir: **Ég er frelsaður. Heimili mitt er frelsað**. Sérhvert hulið ok er brotið. Sérhver gildra er afhjúpuð. Sérhvert falskt ljós er slokknað. Ég geng í frelsi. Ég geng í sannleika. Ég geng í krafti heilags anda."

„Drottinn staðfestir orð þjóns síns og framkvæmir ráð sendiboða síns. Svo skal vera í dag og alla daga héðan í frá."

Í máttugu nafni Jesú, **amen.**

### TILVÍSUNIR Í RITNINGARBORG:

- Jesaja 44:24–26
- Opinberunarbókin 12:11
- Jesaja 54:17
- Sálmur 91
- Fjórða Mósebók 23:23
- Lúkas 4:18
- Efesusbréfið 6:10–18
- Kólossubréfið 3:3

- 2. Tímóteusarbréf 1:7

# 360° DAGLEG YFIRLÝSING UM BJARLSUN OG YFIRLÝSINGU - 3. hluti

„Drottinn er stríðsmaður, Drottinn er nafn hans." — 2. Mósebók 15:3
„Þeir sigruðu hann fyrir blóð lambsins og fyrir orð vitnisburðar síns..." — Opinberunarbókin 12:11

Í dag rís ég upp og tek sæti mitt í Kristi – sit á himnum, langt ofar öllum tignum, mætti, hásætum, yfirráðum og hverju nafni sem nefnt er.

**Ég afsala mér**

Ég afneita öllum þekktum og óþekktum sáttmála, eiðum eða vígsluvígslu:

- Frímúrarareglan (1. til 33. gráða)
- Kabbala og gyðingleg dulspeki
- Austurstjarnan og Rósakrossararnir
- Jesúíta-skipanir og Illuminati
- Satansbræðralag og lúsíferískir sértrúarflokkar
- Sjávarandar og sáttmálar undir sjávarmáli
- Kundalini-snákar, chakra-samræmi og virkjun þriðja augans
- Nýaldarblekking, Reiki, kristin jóga og geimferðalög
- Galdrar, galdur, dauðadómur og geðrænir samningar
- Dulræn sálartengsl frá kynlífi, helgisiðum og leynilegum samningum
- Frímúraraeiðar yfir ætterni mínu og prestdæmum forfeðra minna

Ég slít alla andlega naflastrengi til að:

- Forn blóðaltari
- Falskur spádóms eldur
- Andamakar og draumaþrælar
- Heilög rúmfræði, ljóskóðar og alheimslögmál
- Falskirstar, vitrir andar og falsaðir heilagir andar

Lát blóð Jesú tala fyrir mig. Lát alla samninga rifna. Lát hvert altari brotna. Lát allar djöfullegar persónur afmáðar — núna!

## ÉG LÝSI YFIR

Ég lýsi því yfir:

- Líkami minn er lifandi musteri Heilags Anda.
- Hugur minn er varinn af hjálmi hjálpræðisins.
- Sálin mín helgast daglega með þvotti Orðsins.
- Blóð mitt er hreinsað af Golgata.
- Draumar mínir eru innsiglaðir í ljósi.
- Nafn mitt er skrifað í Lífsbók lambsins — ekki í neinum dulrænum skrám, stúku, dagbók, bókrollu eða innsigli!

### Ég skipa

Ég skipa:

- Allir myrkrafulltrúar — áhorfendur, eftirlitsmenn, geðrænir skjávarpar — verða blindaðir og dreifðir.
- Sérhver fjötur við undirheimana, sjóheiminn og geðsviðið — verði rofinn!
- Sérhvert dökkt merki, ígræðsla, helgisár eða andleg brennimerki — verði hreinsað með eldi!
- Sérhver kunnuglegur andi sem hvíslar lygum — þaggið nú niður!

## ÉG SLÁIÐ AF

Ég losa mig við:

- Allar djöfullegar tímalínur, sálarfangelsi og andabúr
- Allar röðun og gráður leynifélaga
- Allir falskir skikkjur, hásæti eða krónur sem ég hef borið
- Sérhver sjálfsmynd sem ekki er höfundur Guðs
- Sérhvert bandalag, vinátta eða samband sem myrkra kerfa styrkja

### Ég stofna

Ég staðfesti:

- Dýrðarveggur umhverfis mig og heimili mitt
- Heilagir englar við hvert hlið, inngang, glugga og stíg
- Hreinleiki í miðlum mínum, tónlist, minningum og huga
- Sannleikurinn í vináttu minni, þjónustu, hjónabandi og trúboði
- Órofin samfélag við Heilagan Anda

**Ég sendi inn**
Ég lúti öllu hjarta Jesú Krists —
lambinu sem slátrað var, konunginum sem ríkir , ljóninu sem öskrar.
**Ég vel ljós. Ég vel sannleikann. Ég vel hlýðni.**
Ég tilheyri ekki myrku ríkjunum í þessum heimi.
Ég tilheyri ríki Guðs vors og Krists hans.
**Ég vara óvininn við**
Með þessari yfirlýsingu sendi ég tilkynningu til:

- Sérhvert háttsett furstadæmi
- Sérhver andi sem ræður yfir borgum, ætterni og þjóðum
- Sérhver geimferðamaður, norn, galdramaður eða fallin stjarna...

Ég er ósnertanleg eign.
 Nafn mitt finnst ekki í skjalasafni þínu. Sálin mín er ekki til sölu. Draumar mínir eru undir stjórn. Líkami minn er ekki musteri þitt. Framtíð mín er ekki leikvöllur þinn. Ég mun ekki snúa aftur í fjötra. Ég mun ekki endurtaka forfeðrahringrás. Ég mun ekki bera ókunnan eld. Ég mun ekki vera hvíldarstaður höggorma.

## ÉG INNSIGLA
Ég innsigla þessa yfirlýsingu með:

- Blóð Jesú
- Eldur heilags anda
- Vald Orðsins
- Eining líkama Krists
- Hljómur vitnisburðar míns

**Í Jesú nafni, Amen og Amen**

# NIÐURSTAÐA: FRÁ LIFU TIL SONARHLUTS — AÐ VERA FRJÁLS, LIFA FRJÁLS, LÉTTA AÐRA FRJÁLS

„*Standið því stöðugir í frelsinu, sem Kristur frelsaði oss með, og látið ekki aftur fjötra yður undir fjötraok.*" — Galatabréfið 5:1

„*Hann leiddi þá út úr myrkri og skugga dauðans og braut fjötra þeirra í sundur.*" — Sálmur 107:14

Þessir 40 dagar snerust aldrei bara um þekkingu. Þeir snerust um **hernað**, **vakningu** og **að ganga í yfirráðum**.

Þú hefur séð hvernig myrka ríkið starfar — lúmskt, kynslóðabundið, stundum opinberlega. Þú hefur ferðast í gegnum forfeðrahlið, draumaheima, dulræna samninga, alþjóðlegar helgisiði og andlegar kvalir. Þú hefur rekist á vitnisburði um ólýsanlegan sársauka — en einnig **róttæka frelsun**. Þú hefur brotið ölturu, hafnað lygum og tekist á við hluti sem margir prédikunarstólar eru of hræddir við að nefna.

**EN ÞETTA ERU EKKI ENDIRINN.**

Nú hefst hin raunverulega ferð: **Að varðveita frelsi þitt. Að lifa í andanum. Að kenna öðrum leiðina út.**

Það er auðvelt að fara í gegnum 40 daga eld og snúa aftur til Egyptalands. Það er auðvelt að rífa niður altari bara til að endurbyggja þau í einmanaleika, girnd eða andlegri þreytu.

Ekki gera það.

Þú ert ekki lengur **þræll hjólreiða**. Þú ert **varðmaður** á múrnum. **Hliðvörður** fjölskyldu þinnar. **Stríðsmaður** borgar þinnar. **Rödd** til þjóðanna.

## 7 LOKAÁKVÖRUR FYRIR ÞÁ SEM MUNU GANGA Í DOMINÍUNNI

1. **Varðveitið hlið ykkar.**

Opnið ekki andlegar dyr aftur með málamiðlun, uppreisn, samböndum eða forvitni.

„*Gefið djöflinum ekki rúm.*" — Efesusbréfið 4:27

2. **Agaðu matarlystina.**
Fasta ætti að vera hluti af mánaðarlegum rútínu þínum. Hún endurstillir sálina og heldur holdinu undirgefnu.

3. **Skuldbinda sig til hreinleika**
Tilfinningalegt, kynferðislegt, munnlegt, sjónrænt. Óhreinleiki er helsta hliðið sem djöflar nota til að skríða aftur inn.

4. **Að ná tökum á orðinu**
Ritningin er ekki valkvæð. Hún er sverð þitt, skjöldur og daglegt brauð. „*Látið orð Krists búa ríkulega í yður...*" (Kól. 3:16)

5. **Finndu þína ættbálk.**
Frelsun átti aldrei að vera ein og sér. Byggðu, þjónaðu og læknaðu í andafylltu samfélagi.

6. **Faðmaðu þjáningar.**
Já — þjáningar. Ekki eru allar kvalir djöfullegrar. Sumar eru helgandi. Gangið í gegnum þær. Dýrð er framundan.
„*Þegar þér hafið þjáðst stutta stund ... mun hann styrkja yður, styrkja yður og staðfesta.*" — 1. Pétursbréf 5:10

7. **Kennið öðrum**
Það sem þið hafið þegið frítt — gefið nú frítt. Hjálpaðu öðrum að fá frítt. Byrjið á heimilinu, í samfélaginu ykkar, í kirkjunni ykkar.

---

### FRÁ AFHENDINGU TIL LÆRISVEINS

Þessi hugvekja er alþjóðlegt kall — ekki bara eftir lækningu heldur eftir her sem rís upp.

Það er **kominn tími til að hirðar** finni lyktina af hernaði.

Það er **kominn tími til að spámenn** hrökklist ekki við höggormum.

Það er **kominn tími til að mæður og feður** brjóti kynslóðasáttmála og reisi altari sannleikans.

Það er **kominn tími til að þjóðir** fái viðvörun og að kirkjan þegji ekki lengur.

---

### ÞÚ ERT MUNURINN

Hvert þú ferð héðan skiptir máli. Það sem þú berð með þér skiptir máli. Myrkrið sem þú varst dreginn frá er einmitt það landsvæði sem þú hefur nú vald yfir.

Frelsun var fæðingarréttur þinn. Yfirráð eru kápa þín.

Gakktu nú í því.

## SÍÐUSTU BÆNIN

**Drottinn Jesús, þakka þér fyrir að ganga með mér þessa 40 daga. Þakka þér fyrir að afhjúpa myrkrið, brjóta fjötrana og kalla mig til hærri staðar. Ég neita að snúa við. Ég brýt alla samninga með ótta, efa og mistökum. Ég tek á móti ríkisverkefni mínu af djörfung. Notaðu mig til að frelsa aðra. Fylltu mig með Heilögum Anda daglega. Láttu líf mitt verða vopn ljóssins - í fjölskyldu minni, í þjóð minni, í líkama Krists. Ég mun ekki þegja. Ég mun ekki láta ósigur berast. Ég mun ekki gefast upp. Ég geng frá myrkri til yfirráða. Að eilífu. Í nafni Jesú. Amen.**

# Hvernig á að fæðast á ný og hefja nýtt líf með Kristi

Kannski hefur þú gengið með Jesú áður, eða kannski hefur þú rétt í þessu hitt hann í gegnum þessa 40 daga. En núna er eitthvað innra með þér að hrærast.

Þú ert tilbúinn fyrir meira en trúarbrögð.

Þú ert tilbúinn fyrir **samband**.

Þú ert tilbúinn að segja: „Jesús, ég þarfnast þín."

Hér er sannleikurinn:

„Því að allir hafa syndgað, og allir skortir oss dýrð Guðs ... en Guð réttlætir oss í náð sinni."

— Rómverjabréfið 3:23–24 (NLT)

Þú getur ekki áunnið þér hjálpræði.

Þú getur ekki lagað sjálfan þig. En Jesús hefur þegar greitt fullt verð — og hann bíður eftir að taka á móti þér heim.

## Hvernig á að fæðast á ný

AÐ FÆÐAST Á NÝ ÞÝÐIR að gefa líf sitt Jesú — að þiggja fyrirgefningu hans, trúa því að hann hafi dáið og risið upp aftur og taka á móti honum sem Drottni þínum og frelsara.

Það er einfalt. Það er öflugt. Það breytir öllu.

## Biðjið þetta upphátt:

„DROTTINN JESÚS, ÉG trúi að þú sért sonur Guðs.

Ég trúi að þú hafir dáið fyrir syndir mínar og risið upp aftur.

Ég játa að ég hef syndgað og að ég þarfnast fyrirgefningar þinnar.

Í dag iðrast ég og sný mér frá gömlum vegum mínum.

Ég býð þér inn í líf mitt til að vera Drottinn minn og frelsari.

Þvoðu mig hreinan. Fylltu mig með Anda þínum.
Ég lýsi því yfir að ég er endurfæddur, fyrirgefinn og frjáls.
Frá þessum degi og áfram mun ég fylgja þér -
og ég mun lifa í fótsporum þínum.
Þakka þér fyrir að bjarga mér. Í nafni Jesú, amen."

## Næstu skref eftir hjálpræðið

1. **Segðu einhverjum frá þessu** – Deildu ákvörðun þinni með trúuðum einstaklingi sem þú treystir.
2. **Finndu biblíutengda kirkju** – Vertu með í samfélagi sem kennir orð Guðs og lifir eftir því. Heimsæktu þjónustu Guðs ernis á netinu í gegnum https://www.otakada.org [1] eða https://chat.whatsapp.com/H67spSun32DDTma8TLh0ov
3. **Láttu skírast** – Taktu næsta skref til að lýsa yfir trú þinni opinberlega.
4. **Lestu Biblíuna daglega** – Byrjaðu á Jóhannesarguðspjalli.
5. **Biðjið daglega** – Talið við Guð eins og vin og föður.
6. **Vertu í sambandi** – Umkringdu þig fólki sem hvetur þig til að takast á við nýja göngu þína.
7. **Hefja lærisveinsnám innan samfélagsins** – Þróa einstaklingsbundið samband við Jesú Krist í gegnum þessa tengla.

40 daga lærisveinsþjálfun 1 - https://www.otakada.org/get-free-40-days-online-discipleship-course-in-a-journey-with-jesus/

40 Lærisveinshlutverk 2 - https://www.otakada.org/get-free-40-days-dna-of-discipleship-journey-with-jesus-series-2/

---

1. https://www.otakada.org

# Mín hjálpræðisstund

D agsetning : _____
Undirskrift : _____

„*Ef einhver er í Kristi, þá er hann ný sköpun. Hið gamla er liðið hjá, nýtt er komið!*"
 — 2. Korintubréf 5:17

# Skírteini um nýtt líf í Kristi

### Yfirlýsing um hjálpræði – Endurfæddur af náð

Þetta staðfestir að

_____

*(FULLT NAFN)*

hefur opinberlega lýst yfir **trú á Jesú Krist**
sem Drottin og frelsara og hefur þegið ókeypis gjöf hjálpræðisins fyrir dauða hans og upprisu.

*„Ef þú játar Jesú að hann sé Drottinn og trúir í hjarta þínu að Guð hafi uppvakið hann frá dauðum, munt þú hólpinn verða."*

– Rómverjabréfið 10:9 (NLT)

Á þessum degi fagnar himinninn og ný ferð hefst.

**Dagsetning ákvörðunar :** _____

**Undirskrift :** _____

### Yfirlýsing um hjálpræði

„Í DAG GEF ÉG LÍF MITT Jesú Kristi.

Ég trúi að hann hafi dáið fyrir syndir mínar og risið upp frá dauðum. Ég tek á móti honum sem Drottni mínum og frelsara. Mér er fyrirgefið, ég fæðist á ný og ég er orðinn nýr. Frá þessari stundu mun ég ganga í hans fótspor."

### Velkomin í fjölskyldu Guðs!

NAFN ÞITT ER SKRIFAÐ í lífsbók lambsins.

Saga þín er rétt að byrja — og hún er eilíf.

# TENGIST VIÐ GUÐS EAGLE ÞJÓNUSTUR

- Vefsíða: www.otakada.org[1]
- Auðurinn umfram áhyggjur seríán: www.wealthbeyondworryseries.com[2]
- Netfang: ambassador@otakada.org

- **Styðjið þetta verk:**

Styðjið verkefni ríkisins, trúboð og ókeypis alþjóðlegar auðlindir með sáttmálastýrðum framlögum.
   **Skannaðu QR kóðann til að gefa**
   https://tithe.ly/give?c=308311
Gjafmildi ykkar hjálpar okkur að ná til fleiri sálna, þýða úrræði, styðja trúboða og byggja upp lærisveinakerfi um allan heim. Þakka ykkur fyrir!

---

1. https://www.otakada.org
2. https://www.wealthbeyondworryseries.com

**3. VERTU MEÐ Í WHATSAPP samfélagi okkar á sáttmálanum**

Fáðu uppfærslur, andaktsefni og tengstu sáttmálasinnuðum trúuðum um allan heim.

**Skannaðu til að taka þátt**
https://chat.whatsapp.com/H67spSun32DDTma8TLh0ov

# MÆLTAR BÆKUR OG EFNI

- *Frelsaður frá valdi myrkursins* (Kilja) — Kaupa hér [1] | Rafbók [2] á Amazon [3]

- **Helstu umsagnir frá Bandaríkjunum:**
  - **Kindle viðskiptavinur** : „Besta kristna lesningin sem til er!" (5 stjörnur)

LOF SÉ JESÚ FYRIR ÞENNAN vitnisburð. Ég hef verið svo blessaður og mæli með að allir lesi þessa bók... Því að laun syndarinnar er dauði en gjöf Guðs er eilíft líf. Shalom! Shalom!

---

1. https://shop.ingramspark.com/b/084?params=oeYbAkVTC5ao8PfdVdzwko7wi6IQimgJY2779NaqG4e
2. https://www.amazon.com/Delivered-Power-Darkness-AFRICAN-DELIVERED-ebook/dp/B0CC5MM4MV
3. https://www.amazon.com/Delivered-Power-Darkness-AFRICAN-DELIVERED-ebook/dp/B0CC5MM4MV

- **Da Gster** : „Þetta er mjög áhugaverð og frekar undarleg bók." (5 stjörnur)

Ef það sem segir í bókinni er satt þá erum við sannarlega langt á eftir hvað óvinurinn er fær um að gera! ... Nauðsynleg bók fyrir alla sem vilja læra um andlega hernað.

- **Visa** : „Elska þessa bók" (5 stjörnur)

Þetta er augnopnandi ... sannkölluð játning ... Undanfarið hef ég verið að leita að þessu alls staðar til að kaupa það. Svo ánægð að fá það af Amazon.

- **FrankJM** : „Alveg öðruvísi" (4 stjörnur)

Þessi bók minnir mig á hversu raunveruleg andleg hernaðarbarátta er. Hún minnir mig einnig á ástæðuna fyrir því að klæðast „alvæpni Guðs".

- **JenJen** : „Allir sem vilja fara til himnaríkis - lesið þetta!" (5 stjörnur)

Þessi bók breytti lífi mínu svo mikið. Ásamt vitnisburði John Ramirez mun hún fá þig til að líta á trú þína á annan hátt. Ég hef lesið hana sex sinnum!

- *Fyrrverandi Satanisti: James-skiptin* (Kilja) — Kaupa hér [4] | Rafbók [5] á Amazon[6]

---

4. https://shop.ingramspark.com/b/
084?params=I2HNGtbqJRbal8OxU3RMTApQsLLxcUCTC8zUdzDy0W1

5. https://www.amazon.com/JAMESES-Exchange-Testimony-High-Ranking-Encounters-ebook/dp/B0DJP14JLH

6. https://www.amazon.com/JAMESES-Exchange-Testimony-High-Ranking-Encounters-ebook/dp/B0DJP14JLH

- ***VITNISBURÐUR FYRRVERANDI SATANISTA Í AFRIKU*** - *Pastor JONAS LUKUNTU MPALA* (Kilja) — Kaupa hér [7]| Rafbók [8]á Amazon[9]

- *Greater Exploits 14* (Kilja) — Kaupa hér [10]| Rafbók [11]á Amazon[12]

---

7. https://shop.ingramspark.com/b/ 084?params=0Aj9Sze4cYoLM5OqWrD20kgknXQQqO5AZYXcWtoMqWN
8. https://www.amazon.com/TESTIMONY-African-EX-SATANIST-Pastor-Jonas-ebook/dp/ B0DJDLFKNR
9. https://www.amazon.com/TESTIMONY-African-EX-SATANIST-Pastor-Jonas-ebook/dp/ B0DJDLFKNR
10. https://shop.ingramspark.com/b/084?params=772LXinQn9nCWcgq572PDsqPjkTJmpgSqrp88b0qzKb
11. https://www.amazon.com/Greater-Exploits-MYSTERIOUS-Strategies-Countermeasures-ebook/dp/ B0CGHYPZ8V
12. https://www.amazon.com/Greater-Exploits-MYSTERIOUS-Strategies-Countermeasures-ebook/dp/ B0CGHYPZ8V

- *Úr djöfulsins katli* eftir John Ramirez — Fáanlegt á Amazon[13]
- *Hann kom til að frelsa fangana* eftir Rebeccu Brown — Finndu á Amazon[14]

**Aðrar bækur gefnar út af höfundi – Yfir 500 titlar**
**Elskaður, útvalinn og heill** : 30 daga ferðalag frá höfnun til **endurreisnar**, þýtt á 40 tungumál heimsins.
https://www.amazon.com/Loved-Chosen-Whole-Rejection-Restoration-ebook/dp/B0F9VSD8WL
https://shop.ingramspark.com/b/084?params=xga0WR16muFUwCoeMUBHQ6HwYjddLGpugQHb3DVa5hE

---

13. https://www.amazon.com/Out-Devils-Cauldron-John-Ramirez/dp/0985604306
14. https://www.amazon.com/He-Came-Set-Captives-Free/dp/0883683239

## Í hans sporum — 40 daga WWJD áskorun:
### Að lifa eins og Jesús í raunveruleikasögum um allan heim

https://www.amazon.com/His-Steps-Challenge-Real-Life-Stories-ebook/dp/B0FCYTL5MG

https://shop.ingramspark.com/b/084?params=DuNTWS59IbkvSKtGFbCbEFdv3Zg0FaITUEvlK49yLzB

## JESÚS VIÐ DYRUNA:
### 40 hjartnæmar sögur og síðasta viðvörun himinsins til kirkna nútímans

https://www.amazon.com/dp/B0FDX31L9F

https://shop.ingramspark.com/b/084?params=TpdA5j8WPvw83glJ12N1B3nf8LQte2a1lIEy32bHcGg

SÁTTMÁLSLÍF: 40 DAGAR göngu í blessun 5. Mósebókar 28

- https://www.amazon.com/dp/B0FFJCLDB5

Sögur frá raunverulegu fólki, raunveruleg hlýðni og raunveruleg
https://shop.ingramspark.com/b/
084?params=bH3pzfz1zdCOLpbs7tZYJNYgGcYfU32VMz3J3a4e2Qt

Umbreyting á yfir 20 tungumálum

## AÐ ÞEKKJA HANA OG AÐ ÞEKKJA HANN:
### 40 dagar til lækninga, skilnings og varanlegrar ástar

HTTPS://WWW.AMAZON.com/KNOWING-HER-HIM-Healing-Understanding-ebook/dp/B0FGC4V3D9[15]

https://shop.ingramspark.com/b/084?params=vC6KCLoI7Nnum24BVmBtSme9i6k59p3oynaZOY4B9Rd

### Ljúka, ekki keppa:
### 40 daga ferðalag að tilgangi, einingu og samvinnu

---

15. https://www.amazon.com/KNOWING-HER-HIM-Healing-Understanding-ebook/dp/B0FGC4V3D9

HTTPS://SHOP.INGRAMSPARK.com/b/084?params=5E4v1tHgeTqOOuEtfTYUzZDzLyXLee30cqYo0Ov9941[16]

https://www.amazon.com/COMPLETE-NOT-COMPETE-Journey-Collaboration-ebook/dp/B0FGGL1XSQ/

GUÐLEGUR HEILSUKÓÐI - 40 daglegir lyklar til að virkja lækningu í gegnum orð Guðs og sköpun. Opnaðu lækningarmátt plantna, bænar og spámannlegra athafna.

---

16. https://shop.ingramspark.com/b/084?params=5E4v1tHgeTqOOuEtfTYUzZDzLyXLee30cqYo0Ov9941

https://shop.ingramspark.com/b/
084?params=xkZMrYcEHnrJDhe1wuHHYixZDViiArCeJ6PbNMTbTux
https://www.amazon.com/dp/B0FHJT42TK

**AÐRAR BÆKUR ER AÐ FINNA á höfundasíðunni**
https://www.amazon.com/stores/Ambassador-Monday-O.-Ogbe/author/
B07MSBPFNX

# VIÐAUKI (1-6): AUÐLINDI TIL AÐ VIÐHALDRA FRELSIS OG DJÚPRI BJÖRNUN

# VIÐAUKI 1: Bæn til að greina falda galdra, dulrænar iðkanir eða undarleg altari í kirkjunni

„**M**annsson, sérðu hvað þeir eru að gera í myrkrinu...?" — Esekíel 8:12
„Og hafðu engan þátt í verkum myrkursins sem bera engan ávöxt, heldur afhjúpaðu þau." — Efesusbréfið 5:11

Bæn fyrir greiningu og afhjúpun:

Drottinn Jesús, opna augu mín svo að ég sjái það sem þú sérð. Lát alla undarlega elda, öll leynileg altari, allar dulrænar aðgerðir sem felast á bak við prédikunarstóla, kirkjubekki eða iðkanir verða afhjúpaðar. Fjarlægðu slæðurnar. Sýndu skurðgoðadýrkun dulbúna sem tilbeiðsla, stjórnun dulbúna sem spádóm og spillingu dulbúna sem náð. Hreinsaðu staðbundna samkomu mína. Ef ég er hluti af samkomulagi sem hefur orðið fyrir áhrifum, leið mig þá til öryggis. Reisið hrein altari. Hrein hendur. Heilög hjörtu. Í nafni Jesú. Amen.

# VIÐAUKI 2: Samskiptareglur um afneitun og hreinsun fjölmiðla

„*Ég mun ekkert illt setja fyrir augu mín...*" — Sálmur 101:3

**Skref til að hreinsa fjölmiðlalíf þitt:**

1. **Skoðaðu** allt: kvikmyndir, tónlist, leiki, bækur, vettvanga.
2. **Spyrjið:** Heiðrar þetta Guð? Opnar það dyr að myrkri (t.d. hryllingi, girnd, galdri, ofbeldi eða nýaldarþemum)?
3. **Afsala sér** :

„Ég afneita öllum djöfullegum gáttum sem opnaðar eru í gegnum óguðleg fjölmiðla. Ég aftengi sál mína frá öllum sálartengslum við frægt fólk, skapara, persónur og söguþræði sem óvinurinn hefur veitt mér vald."

1. **Eyða og eyða** : Fjarlægja efni bæði líkamlega og stafrænt.
2. **Skiptið út** fyrir guðrækilega valkosti — tilbeiðslu, kenningar, vitnisburði, heilnæmar kvikmyndir.

# VIÐAUKI 3: Frímúrarareglan, Kabbalah, Kundalini, Galdrar, Dulspekileg afneitunarrit

„**H***afið ekkert með verk myrkursins sem gefast upp...*" — Efesusbréfið 5:11
Segðu upphátt:
Í nafni Jesú Krists afneita ég öllum eiðum, helgisiðum, táknum og vígslu í leynifélög eða dulspekireglum — meðvitað eða ómeðvitað. Ég hafna öllum tengslum við:

- **Frímúrarareglan** – Allar gráður, tákn, blóðeiðar, bölvanir og skurðgoðadýrkun.
- **Kabbala** – gyðingleg dulspeki, Zohar-lestur, ákall til lífsins trés eða englagaldrar.
- **Kundalini** – Opnanir þriðja augans, jóga-vakningar, snákaeldur og chakra-samræmingar.
- **Galdrar og nýöld** – Stjörnuspeki, tarot, kristallar, tunglsathafnir, sálarferðir, reiki, hvítur eða svartur galdur.
- **Rósakrossar, Illuminati, Hauskúpa og bein, Jesúítaeiðar, Drúídareglur, Satanismi, Spíritismi, Santeria, Vúdú, Wicca, Þelema, Gnostismi, Egypskar leyndardómar, Babýlonskar helgiathafnir.**

Ég ógildi alla sáttmála sem gerðir eru fyrir mína hönd. Ég slít öllum böndum í ætterni mínu, í draumum mínum eða í gegnum sálartengsl. Ég gef alla mína veru Drottni Jesú Kristi - anda, sál og líkama. Lát blóð lambsins loka öllum djöfullegum hliðum fyrir fullt og allt. Lát nafn mitt hreinsast af öllum myrkum skrám. Amen.

# VIÐAUKI 4: Leiðbeiningar um virkjun smurningarolíu

„Er einhver yðar að þjást? Hann biðji. Er einhver yðar sjúkur? Þeir skulu kalla til sín öldungana ... og smyrja hann með olíu í nafni Drottins." — Jakobsbréfið 5:13–14

**Hvernig á að nota smurningarolíu til frelsunar og yfirráða:**

- **Enni** : Að endurnýja hugann.
- **Eyru** : Að greina rödd Guðs.
- **Magi** : Hreinsar sæti tilfinninga og anda.
- **Fætur** : Að ganga inn í guðdómlega örlög.
- **Hurðir/Gluggar** : Að loka andlegum hliðum og hreinsa heimili.

*Yfirlýsing við smurningu:*
„Ég helga þetta rými og ílát með olíu heilags anda. Enginn illi andi hefur löglegan aðgang hingað. Dýrð Drottins búi á þessum stað."

**VIÐAUKI 5: Afneitun þriðja augans og yfirnáttúrulegrar sjónar frá dulrænum uppruna**

**Segðu upphátt:**
„Í nafni Jesú Krists afneita ég hverri opnun þriðja augans míns — hvort sem það er vegna áfalla, jóga, geðferða, geðlyfja eða andlegrar meðferðar. Ég bið þig, Drottinn, að loka öllum ólöglegum gáttum og innsigla þær með blóði Jesú. Ég sleppi hverri sýn, innsýn eða yfirnáttúrulegri getu sem ekki kom frá Heilögum Anda. Lát alla djöfullega áhorfendur, geðvörpuvarpa eða verur sem fylgjast með mér vera blindaðar og bundnar í nafni Jesú. Ég vel hreinleika fram yfir vald, nánd fram yfir innsýn. Amen."

# VIÐAUKI 6: Myndbandsefni með vitnisburðum fyrir andlegan vöxt

1) byrjaðu frá 1,5 mínútu - https://www.youtube.com/watch?v=CbFRdraValc

2) https://youtu.be/b6WBHacwN0k?si=ZUPHzhDVnn1PPIEG[1]
3) https://youtu.be/XvcqdbEIO1M?si=GBlXg-cO-7f09cR[2]
4) https://youtu.be/jSm4r5oEKjE?si=1Z0CPgA33S0Mfvyt
5) https://youtu.be/B2VYQ2-5CQ8?si=9MPNQuA2f2rNtNMH
6) https://youtu.be/MxY2gJzYO-U?si=tr6EMQ6kcKyjkYRs
7) https://youtu.be/ZW0dJAsfJD8?si=Dz0b44I53W_Fz73A
8) https://youtu.be/q6_xMzsj_WA?si=ZTotYKo6Xax9nCWK
9) https://youtu.be/c2ioRBNriG8?si=JDwXwxhe3jZlej1U
10) https://youtu.be/8PqGMMtbAyo?si=UqK_S_hiyJ7rEGz1
11) https://youtu.be/rJXu4RkqvHQ?si=yaRAA_6KIxjm0eOX
12) https://youtu.be/nS_Insp7i_Y?si=ASKLVs6iYdZToLKH
13) https://youtu.be/-EU83j_eXac?si=-jG4StQOw7S0aNaL
14) https://youtu.be/_r4Jyzs2EDk?si=tldAtKOB_3-J_j_C
15) https://youtu.be/KiiUPLaV7xQ?si=I4x7aVmbgbrtXF_S
16) https://youtu.be/68m037cPEu0?si=XpuyyEzGfK1qWYRt
17) https://youtu.be/z4zlp9_aRQg?si=DR3lDYTt632E96a6
18) https://youtube.com/shorts/H_90n-QZU5Q?si=uLPScVXm81DqU6ds

---

1. https://youtu.be/b6WBHAcwN0k?si=ZUPHzhDVnn1PPIEG
2. https://youtu.be/XvcqdbEIO1M?si=GBlXg-c-O-7f09cR

# LOKAVIÐVÖRUN: Þú getur ekki leikið þér með þetta

Frelsun er ekki skemmtun. Hún er stríð.
　　Afneitun án iðrunar er bara hávaði. Forvitni er ekki það sama og að kalla. Það eru hlutir sem maður jafnar sig ekki á af handahófi.
　því kostnaðinn. Lifið hreinlega. Gætiu hliða ykkar.
　**Því illar vættir virða ekki hávaða - aðeins yfirvald.**

www.ingramcontent.com/pod-product-compliance
Lightning Source LLC
Chambersburg PA
CBHW050340010526
44119CB00049B/636